Contents

SPOKEN ENGLISH

1000

सोपी, रोजची वाक्यं

ENGLISH

↓

मराठी उच्चार

↓

मराठी अर्थ

विनया टेंबे

INDIA • SINGAPORE • MALAYSIA

ISBN 979-8-89446-811-2

12 Tenses

12 टेन्सेस - बारा काळ

Simple Present Tense

सीम्पल प्रेझेंट टेन्स.

साधा वर्तमानकाळ (रोजची, सवयीची क्रिया)

1. I write a letter.
   आय् राइट अ लेटर.
   मी एक पत्र लिहितो / लिहिते.

2. He writes a letter.
   ही राइट्स अ लेटर.
   तो पत्र लिहितो.

3. she writes a letter.
   शी राइट्स अ लेटर.
   ती एक पत्र लिहिते.

4. It plays with a ball.
   इट प्लेज विथ अ बॉल.
   ते / ती / तो चेंडूबरोबर खेळते / खेळतो.

5. They write a letter.
दे राइट अ लेटर.
ते पत्र लिहितात.

6. we write a letter.
वी राइट अ लेटर.
आम्ही पत्र लिहितो.

7. You write a letter.
यू राइट अ लेटर.
तू पत्र लिहितोस / लिहितेस / तुम्ही पत्र लिहिता.

8. The students write letters.
द स्टूडन्टस् राइट लेटर्स.
विद्यार्थी / विद्यार्थिनी पत्रं लिहितात.

Present Continuous tense

प्रेझेंट कन्टिन्यूअस टेन्स्.

चालू वर्तमानकाळ (आत्ता चालू असलेली क्रिया)

9. I am working.
आय ॲम वर्किंग.
मी काम करते आहे / करतो आहे.

10. He is working.
ही इज वर्किंग.
तो काम करतो आहे.

11. She is working.
शी इज वर्किंग.
ती काम करते आहे.

12 It is sitting.
इट इज सिटींग.
ते बसले आहे / तो बसला आहे / ती बसली आहे.

13. We are working.
वी आर वर्किंग.
आम्ही काम करत आहोत.

14. They are working.
दे आर वर्किंग.
ते काम करत आहेत.

15. You are working.
यू आर वर्किंग.
तू काम करते आहेस / तू काम करतो आहेस / तुम्ही काम करता आहात.

16. The farmers are working.
द फामर्स् आर वर्किंग.
शेतकरी काम करत आहेत.

Present Perfect Tense

प्रेझेंट परफेक्ट टेन्स.

पूर्ण वर्तमानकाळ

(वर्तमानात नुकतीच पूर्ण झालेली क्रिया)

17. I have spoken.
    आय हॅव स्पोकन.
    मी बोलले / बोललो आहे.
18. He has spoken.
    ही हॅज स्पोकन.
    तो बोलला आहे.
19. She has spoken.
    शी हॅज स्पोकन.
    ती बोलली आहे.
20. It has rained.
    इट हॅज रेन्ड.
    पाऊस पडलेला आहे.
21. we have spoken.
    वी हॅव स्पोकन.
    आम्ही बोललो आहोत.
22. They have spoken.
    दे हॅव स्पोकन.
    ते बोलले आहेत.

23. You have spoken.
यू हॅव स्पोकन.
तू बोलला आहेस / तू बोलली आहेस / तुम्ही बोलला आहात.

24. Sonali has spoken to her sister.
सोनाली हॅज स्पोकन टू हर सीस्टर.
सोनाली तिच्या बहिणीशी बोलली आहे.

Present Perfect Continuous Tense

प्रेझेंट परफेक्ट कन्टिन्युअस टेन्स.

चालू पूर्ण वर्तमानकाळ

(बराच वेळ क्रिया चालू आहे.)

25. I have been cooking.
आय हॅव बीन कुकिंग.
मी स्वयंपाक करत आहे.

26. He has been cooking.
ही हॅज बीन कुकिंग.
तो स्वयंपाक करत आहे.

27. She has been cooking.
शी हॅज बिन बीन कुकिंग.
ती स्वयंपाक करत आहे.

28. It has been sleeping.
इट हॅज बीन स्लिपिंग.
ते झोपलेलं आहे / तो झोपलेला आहे / ती झोपलेली आहे.

29. We have been cooking.
वी हॅव बीन कुकिंग.
आम्ही स्वयंपाक करत आहोत.

30. They have been cooking.
दे हॅव बीन कुकिंग.
ते स्वयंपाक करत आहेत.

31. You have been cooking,
यू हॅव बीन कुकिंग.
तू स्वयंपाक करत आहेस / तुम्ही स्वयंपाक करत आहात.

32. My mother has been cooking since morning.
माय मदर हॅज बीन कुकिंग सिन्स मॉर्निंग.
माझी आई सकाळपासून स्वयंपाक करत आहे.

Simple Past Tense

सिम्पल पास्ट टेन्स.

साधा भूतकाळ (पूर्ण झालेली क्रिया भूतकाळात)

33. I ran fast.
आय रॅन फास्ट.
मी वेगाने धावले / धावलो.

34. He ran Fast.
ही रॅन फास्ट.
तो वेगाने धावला.

35. She ran fast.
    शी रॅन फास्ट.
    ती वेगाने धावली.

36. It ran fast.
    इट रॅन फास्ट.
    तो / ती / ते वेगाने धावले.

37. We ran fast.
    वी रॅन फास्ट.
    आम्ही वेगाने धावलो.

38. They ran fast.
    दे रॅन फास्ट.
    ते वेगाने धावले

39. You ran fast.
    यू रॅन फास्ट.
    तू वेगाने धावलास / धावलीस / तुम्ही वेगाने धावलात.

40. Meena ate a mango yesterday.
    मीना एट अ मँगो यस्टर्डे.
    मीनाने काल एक आंबा खाल्ला.

Past Continuous Tense

पास्ट कन्टिन्युअस टेन्स

चालू भूतकाळ

(भूतकाळातली चालू असलेली क्रिया)

41. I was thinking.
    आय वॉज थिंकींग.
    मी विचार करत होते / होतो.

42. He was thinking.
    ही वॉज थिंकींग.
    तो विचार करत होता.

43. She was thinking.
    शी वॉज थिंकिंग.
    ती विचार करत होती.

44. It was jumping.
    इट वॉज जम्पिंग.
    तो / ती / ते उड्या मारत होते.

45. we were thinking.
    वी वअर थिंकींग.
    आम्ही विचार करत होतो.

46. They were thinking.
    दे वअर थिंकिंग.
    ते विचार करत होते.

47. You were thinking.
यू वअर थिंकींग.
तू विचार करत होतीस / होतास / तुम्ही विचार करत होतात.

48. Mrs. Joshi was thinking about it.
मिसेस् जोशी वॉज थिंकींग अबाऊट इट.
श्रीमती जोशी याबद्दल विचार करत होत्या.

Past Perfect tense

पास्ट परफेक्ट टेन्स

पूर्ण भूतकाळ

(नुकतीचं पूर्ण झालेली भूतकाळातली क्रिया)

49. I had sung.
आय हॅड संग.
मी गायले होते / होतो.

50. He had sung.
ही हॅड संग.
तो गायला होता.

51. She had sung.
शी हॅड संग.
ती गायली होती.

52. It had gone.
इट हॅड गॉन.
तो / ती / ते गेलेले होते.

53. We had sung.

वी हॅड संग.

आम्ही गायलो होतो.

54. They had sung.

दे हॅड संग.

ते गायले होते.

55. You had sung.

यू हॅड संग.

तू गायली होतीस / तू गायला होतास / तुम्ही गायला होतात.

56. The children had sung a song in the party.

द चिल्ड्रन हॅड संग अ साँग इन द पार्टी.

मुले पार्टीत गाणं गायली होती.

Past Perfect Continuous Tense

पास्ट पर्फेक्ट कन्टिन्युअस टेन्स

चालू पूर्ण भूतकाळ

(बराच वेळ चालू असलेली भूतकाळातील क्रिया)

57. I had been waiting.
आय् हॅड बिन वेटिंग.
मी वाट पहात होते / होतो.

58. He had been waiting.
ही हॅड बिन वेटिंग.
तो वाट पहात होता.

59. She had been waiting.
शी हॅड बिन वेटिंग.
ती वाट पहात होती.

60. It had been walking.
इट हॅड बिन वॉकिंग.
तो / ती / ते चालत होते.

61. We had been waiting.
वी हॅड बिन वेटिंग.
आम्ही वाट पहात होतो.

62. They had been waiting.
दे हॅड बिन वेटिंग.
ते वाट पहात होते.

63. You had been waiting.
यू हॅड बिन वेटिंग.
तू वाट पहात होतीस / होतास / तुम्ही वाट पहात होतात.

64. My Friend had been waiting for two hours on station.
माय फ्रेंड हॅड बीन वेटींग फॉर टू अवर्स ऑन स्टेशन.
माझा / माझी मित्र / मैत्रीण स्टेशनवर दोन तास वाट पाहत होता / होती.

Future Tense - भविष्यकाळ

Rules - रुल्स् -नियम

65. I shall / I will.
आय् शॅल / आय् विल.
मी असेन.

66. we shall / we will.
वी शॅल / वी विल
आम्ही असू.

67. He, she, it, they, you - will
ही, शी, इट, दे, यू - विल्
तो, ती, ते (एकवचन), ते (सर्व), तू / तुम्ही – असेल / असाल.

Simple Future Tense

सिम्पल फ्यूचर टेन्स

साधा भविष्यकाळ (भविष्यात करायची कृती)

68. I shall read.
    आय शॅल रीड.
    मी वाचेन.

69. He will read.
    ही विल रीड.
    तो वाचेल.

70. She will read.
    शी विल रीड
    ती वाचेल

71. It will grow.
    इट विल ग्रो.
    ते / तो / ती वाढेल.

72. We will read.
    वी वील रीड.
    आम्ही वाचू.

73. They will read.
    दे विल् रीड.
    ते वाचतील.

74. You will read.
यू विल् रीड.
तू वाचशील / तुम्ही वाचाल.

75. Raj will read a novel.
राज विल रीड अ नॉव्हेल.
राज कादंबरी वाचेल.

Future Continuous Tense

फ्यूचर कन्टिन्यूअस टेन्स

चालू भविष्यकाळ

(भविष्यात एका विशिष्ट वेळी चालू असलेली क्रिया)

76. I will be travelling.
आय विल बी ट्रॅव्हलिंग.
मी प्रवास करत असेन.

77. He will be travelling.
ही विल बी ट्रॅव्हलिंग.
तो प्रवास करत असेल.

78. She will be travelling.
शी विल बी ट्रॅव्हलिंग.
ती प्रवास करत असेल.

79. It will be running.
इट विल बी रनिंग.
ते / तो / ती धावत असेल.

80. We shall be travelling.
वी शॅल बी ट्रॅव्हलिंग.
आम्ही प्रवास करत असू.

81. They will be travelling.
दे विल बी ट्रॅव्हलिंग.
ते प्रवास करत असतील.

82. You will be travelling.
यू विल बी ट्रॅव्हलिंग.
तू प्रवास करत असशील / तुम्ही प्रवास करत असाल.

83. The dog will be barking outside.
द डॉग विल बी बार्किंग आऊटसाइड.
बाहेर कुत्रा भुंकत असेल.

Future Perfect Tense

फ्यूचर परफेक्ट टेन्स
पूर्ण भविष्यकाळ
(भविष्यात नुकतीच पूर्ण झालेली क्रिया)

84. I will have told.
आय विल हॅव टोल्ड.
मी सांगितलेलं असेन.

85. He will have told.
ही विल हॅव टोल्ड.
त्याने सांगितलेलं असेल.

86. She will have told.
शी विल हॅव टोल्ड.
तिने सांगितलेलं असेल.

87. It will have jumped.
इट विल हॅव जम्पड्.
त्याने / तिने उडी मारलेली असेल.

88. We will have told.
वी विल हॅव टोल्ड.
आम्ही सांगितलेलं असेल.

89. They will have told.
दे विल हॅव टोल्ड.
त्यांनी सांगितलेलं असेल.

90. You will have told.
यू विल हॅव टोल्ड.
तू सांगितलेलं असशील / तुम्ही सांगितलेलं असेल.

91. My grandmother will have told me a story.
माय ग्रॅन्डमदर विल हॅव टोल्ड मी अ स्टोरी.
माझ्या आजीने मला गोष्ट सांगितलेली असेल.

Future Perfect Continuous tense

फ्यूचर पर्फेक्ट कन्टिन्यूअस टेन्स

चालू पूर्ण भविष्यकाळ (भविष्यात आधीपासून सुरू होऊन बराच वेळ चालू असलेली क्रिया)

92. I shall have been teaching.
    आय शॅल हॅव बीन टीचिंग.
    मी शिकवत असेन. (बराच वेळ).

93. He will have been teaching.
    ही विल् हॅव बीन टिचिंग.
    तो शिकवत असेल.

94. she will have been teaching.
    शी वील हॅव बीन टिचिंग.
    ती शिकवत असेल.

95. It will have been sleeping.
    इट विल हॅव बीन स्लिपिंग.
    तो / ती / ते झोपलेलं असेल.

96. we shall have been teaching.
    वी शॅल हॅव बीन टिचिंग.
    आम्ही शिकवत असू.

97. They will have been teaching.
    दे वील हॅव बीन टिचिंग.
    ते शिकवत असतील.

98. You will have been teaching.
यू वील हॅव बीन टिचिंग.
तू शिकवत असशील / तुम्ही शिकवत असाल.

99. The teacher will have been teaching for two hours.
द टिचर विल हॅव बीन टिचिंग फॉर टू अवर्स.
शिक्षक / शिक्षिका दोन तास शिकवत असतील. (एकवचनी-आदरार्थी)

Rules - रुल्स - नियम

I - मी, He - तो, She - ती,
एकवचनी सर्वनामं.
It - इट - एकवचनी सर्वनाम
हे सर्वनाम पक्षी, प्राणी आणि वस्तूंसाठी वापरतात, माणसांसाठी वापरत नाहीत.
We - वी - आम्ही, They - दे - ते (सर्व) अनेकवचनी सर्वनामं
You - यू - तू - एकवचनी
You - यू - तुम्ही - एकवचनी, आदरार्थी
You - यू - तुम्ही - अनेकवचनी.
Pronouns - प्रोनाऊन्स् - सर्वनामे.

Additional Sentences

ॲडिशनल सेन्टेन्सेस् - जास्तीची वाक्ये.

100. The wind is blowing pleasantly.
द विंड इज ब्लोइंग प्लेझंट्ली.
सुखद वारा वहात आहे.

101. The leaves on the tree swayed gently.
द लिव्हस् ऑन द ट्री स्वेड जेन्ट्ली.
हळुवारपणे झाडावरची पाने हलली.

102. He celebrated his success.
ही सेलिब्रेटेड हिज सक्सेस्.
त्याने त्यांचं यश साजरं केलं.

103. My friend does yoga every day.
माय फ्रेंड डझ योगा एव्हरिडे.
माझा मित्र / माझी मैत्रिण रोज योगा करतो / करते.

104. I had been chatting with my friends for hours.
आय हॅड बीन चॅटिंग विथ माय फ्रेंन्ड्स् फॉर अवर्स.
मी माझ्या मित्रमैत्रिणींबरोबर तासन्तास गप्पा मारत होतो / होते.

105. He will learn to drive a car soon.
ही विल् लर्न टू ड्राइव्ह अ कार सून.
तो लवकरच गाडी चालवायला शिकेल.

(To Be - टू बी - असणे)

106 I am a doctor.
आय ॲम अ डॉक्टर.
मी डॉक्टर आहे.

107. He is angry.
ही इज ॲन्ग्री.
तो रागावला आहे.

108. She is beautiful.
शी इज ब्युटिफूल.
ती सुंदर आहे.

109. It is a cat.
इट इज अ कॅट.
ते मांजर आहे.

110. You are a girl.
यू आर अ गर्ल.
तू मुलगी आहेस.

111. You are girls.
यू आर गर्लस.
तुम्ही मुली आहात.

112. We are teachers.
वी आर टिचर्स.
आम्ही शिक्षक / शिक्षिका आहोत.

113. They are artists.
दे आर आर्टिस्टस.
ते / त्या कलाकार आहेत.

114. I was unhappy.
आय वॉज अनहॅपी.
मी आनंदी नव्हते.

115. He was a good man.
ही वॉज अ गुड मॅन.
तो चांगला माणूस होता.

116. She was a teacher.
शी वॉज अ टीचर.
ती शिक्षिका होती.

117. It was costly.
इट वॉज कॉस्टली.
ते महाग होते.

118. You were energetic.
यू वअर एनर्जेटिक.
तू उत्साही होतीस / होतास / तुम्ही उत्साही होतात.

119. We were ready.
वी वअर रेडी.
आम्ही तयार होतो.

120. They were sad.
दे वअर सॅड.
ते दुःखी होते.

121. I shall / will be rich.
आय शॅल / विल बी रिच
मी श्रीमंत असेन.

122. . He will be a leader.
ही विल बी अ लिडर.
तो नेता असेल.

123. She will be healthy.
शी विल बी हेल्दी.
ती निरोगी असेल.

124. It will be terrible.
इट विल बी टेरिबल.
ते भयानक असेल.

125. They will be more religious.
दे विल बी मोअर रिलिजिअस.
ते अधिक धार्मिक असतील.

126. We shall / will be wealthy.
वी शॅल / विल बी वेल्दी.
आम्ही श्रीमंत असू.

127. You will be an actor.
यू विल बी अन ॲक्टर.
तू अभिनेता / अभिनेत्री असशील.

128. You will be workers.
यू बिल बी वर्कर्स.
तुम्ही कामगार असाल.

[To have - टू हॅव - असणे / जवळ असणे]

129. I have two sisters.
आय हॅव टू सिस्टरर्स.
मला दोन बहिणी आहेत.

130. Mahesh has a car.
महेश हॅज अ कार.
महेशकडे गाडी आहे.

131. She has a job.
शी हॅज अ जॉब.
तिला नोकरी आहे.

132. The dog has tail.
द डॉग हॅज टेल.
कुत्र्याला शेपूट असते.

133. You have passport.
यू हॅव पासपोर्ट.
तुझ्या / तुमच्या जवळ पासपोर्ट आहे.

134. We have loyal members.
वी हॅव लॉयल मेंबर्स
आमच्याकडे इमानदार सभासद आहेत.

135. They have a beautiful house.
दे हॅव अ ब्यूटिफूल हाऊस.
त्यांच्याकडे सुंदर घर आहे.

136. I had a choice.
आय हॅड अ चॉईस.
मला निवड करता येणार होती.

137. He had two mobiles.
ही हॅड टू मोबाईल्स.
त्याच्याकडे दोन मोबाईल होते.

138. She had a car.
शी हॅड अ कार.
तिच्याकडे गाडी होती.

139. It had feathers.
इट हॅड फेदर्स.
त्याला पंख होते.

140. You had an oven.
यू हॅड ॲन ओव्हन.
तुझ्याकडे / तुमच्याकडे ओव्हन होता.

141. We had no handkerchiefs
वी हॅड नो हॅन्डकरचिपस्.
आमच्याकडे रुमाल नव्हते.

142. They had an adopted boy.
दे हॅड ॲन अडॉप्टेड बॉय.
त्यांचा एक दत्तक मुलगा होता.

143. I will have a family.
आय विल हॅव अ फॅमिली.
माझ्याजवळ कुटुंब असेल.

144. My brother will have a flat in Mumbai.
माय ब्रदर विल हॅव अ फ्लॅट इन मुंबई.
माझ्या भावाचा मुंबईत फ्लॅट असेल.

145. Reena will have a son.
रीना विल हॅव अ सन.
रीनाला एक मुलगा असेल.

146. That dog will have a home.
दॅट डॉग विल हॅव अ होम.
त्या कुत्र्याजवळ एक घर असेल.

147. You will have your own computer.
यू विल हॅव यूवर ओन कम्प्यूटर.
तुझ्याजवळ / तुमच्याजवळ तुझा / तुमचा स्वत:चा कम्पूटर असेल.

148. We shall have a successful career.
वी शॅल हॅव अ सक्सेसफूल करिअर.
आपली कारकिर्द यशस्वी असेल.

149. They will have victory.
दे विल हॅव व्हिक्टरी.
विजय त्यांचा असेल.

(To Do - टू डू - करणे)

150. I do my work.
आय डू माय वर्क.
मी माझं काम करते.

151. He does his work
ही डझ हिज वर्क.
तो त्याचं काम करतो.

152. Mary does her work.
मेरी डझ हर वर्क.
मेरी तिचं काम करते.

153. Bullock does its work.
बुलक डझ इट्स् वर्क.
बैल त्याचं काम करतो.

154. You do your work.
यू डू यूअर वर्क.
तू / तुम्ही तुझं / तुमचं काम करतेस/ करतोस / करता.

155. We do our work.
वी डू अवर वर्क.
आम्ही आमचं काम करतो.

156. They do their work.
दे डू देअर वर्क.
ते त्यांचं काम करतात.

157. I did my homework.
आय डिड माय होमवर्क.
मी माझा गृहपाठ केला.

158. The postman did his work.
द पोस्टमन डिड हिज वर्क.
पोस्टमनने त्याचं काम केलं.

159. She did office work.
शी डिड ऑफिस वर्क.
तिने ऑफिसचं काम केलं.

160. The donkey did work.
द डॉन्की डिड वर्क.
गाढवाने काम केलं.

161. We did election duty.
वी डिड इलेक्शन ड्यूटी.
आम्ही निवडणूकीचं कर्तव्य केलं.

162. They did their work.
दे डिड देअर वर्क.
त्यांनी त्यांचं काम केलं.

163. I shall / will do as you say.
आय शॅल / विल डू अॅज यू से.
तू / तुम्ही म्हणशील / म्हणालं, तसं मी करेन.

164. He will do that work.
ही विल डू दॅट वर्क.
तो ते काम करेल.

165. She will do household chores.
शी विल डू हाऊसहोल्ड चोअर्स.
ती घरकामे करेल.

166. It will do its work.
इट विल डू इट्स वर्क
ते त्याचं काम करेल.

167. You will do my work.
यू विल डू माय वर्क.
तू / तुम्ही माझं काम करशील / कराल.

168. We shall / will do our duty.
वी शॅल / विल डू अवर ड्युटी.
आम्ही आमचं कर्तव्य करु.

169. They will do work.
दे विल डू वर्क.
ते काम करतील.

Some More Sentences

सम मोर सेंटनसेस

अजून काही वाक्ये

170. He is a boy.
ही इज अ बॉय.
तो एक मुलगा आहे.

171. She has a brother.
शी हॅज अ ब्रदर
तिला एक भाऊ आहे.

172. They are good people.
दे आर गुड पिपल.
ती चांगली लोक आहेत.

173. It is jumping.
इट इज जम्पिंग.
ते उड्या मारत आहे.

174. Seema has a step-sister.
सीमा हॅज अ स्टेप सिस्टर.
सीमाला एक सावत्र बहिण आहे.

175. The cat is playing.
द कॅट इज प्लेइंग.
मांजर खेळत आहे.

176. I play football.
आय् प्ले फूटबॉल.
मी फूटबॉल खेळते / खेळतो.

177. He goes to office.
ही गोज टू ऑफिस
तो ऑफिसला जातो.

178. Smita writes neatly.
स्मिता राईस्स् नीटली.
स्मिता व्यवस्थितपणे लिहिते.

179. They played cricket.
दे प्लेड क्रिकेट.
ते क्रिकेट खेळले.

180. I shall read a book.
आय शॅल रीड अ बुक.
मी पुस्तक वाचेन.

181. He will study.
ही विल स्टडी.
तो अभ्यास करेल.

182. My uncle is rich.
माय अंकल इज रीच.
माझे काका / मामा श्रीमंत आहेत.

183. She teaches in college.
शी टीचेस इन कॉलेज.
ती कॉलेजमधे शिकवते.

184. I eat an apple.
आय इट अॅन अॅपल.
मी एक सफरचंद खाते / खातो.

185. I ate an ice-cream
आय एट अॅन आईसक्रिम.
मी एक आईसक्रिम खाल्लं.

186. I shall eat food.
आय शॅल इट फूड.
मी अन्न खाईन.

187. I drink water every day.
आय ड्रिंक वॉटर एव्हरिडे.
मी रोज पाणी पिते / पितो.

188. I drank water yesterday.
आय ड्रँक वॉटर यस्टर्डे.
मी काल पाणी प्यालं.

189. I will drink water.
आय विल ड्रिंक वॉटर.
मी पाणी पिईन.

190. I take breakfast
आय टेक ब्रेकफास्ट्.
मी न्याहरी घेते / घेतो

191. He helped them.
ही हेल्प्ड देम.
त्याने त्यांना मदत केली.

192. She brought vegetables.
शी ब्रॉट व्हेजिटेबल्स्.
तिने भाजी आणली.

193. I will talk to you.
आय विल टॉक टू यू.
मी तुझ्याशी / तुमच्याशी बोलेन.

194. He will go tomorrow.
ही विल गो टूमॉरो.
तो उद्या जाईल.

195. I don't do work.
आय डोन्ट डू वर्क.
मी काम करत नाही.

196. He does not do work.
ही डझ नॉट डू वर्क.
तो काम करत नाही.

197. She doesn't do work.
शी डझन्ट् डू वर्क.
ती काम करत नाही.

198. It does not play.
इट डझ नॉट प्ले.
ते खेळत नाही.

199. We do not do work.
वी डू नॉट डू वर्क.
आम्ही काम करत नाही.

200. They don't do work.
दे डोन्ट डू वर्क.
ते काम करत नाहीत.

201. You do not do work.
यू डू नॉट डू वर्क.
तू / तुम्ही काम करत नाही.

202. It did not go.
इट डिड नॉट गो.
ते गेले नाही.

203. He will not smoke.
ही विल नॉट स्मोक.
तो धूम्रपान करणार नाही.

Kitchen, Household Chores

kitchen - कीचन - स्वयंपाकघर

House hold chores - हाऊसहोल्ड चोअर्स - घरगुती कामे.

204. Wash the utensils.
वॉश द यूटेन्सिल्स.
भांडी घास.

205. Clean the toilet.
क्लीन द टॉइलेट.
संडास स्वच्छ कर.

206. I want to go to washroom.
आय वॉन्ट टू गो टू वॉशरुम.
मला स्वच्छतागृहात जायचं आहे.

207. Wash your clothes.
वॉश यूवर क्लॉथ्स.
तुझे / तुमचे कपडे धू / धुवा.

208. Cut the vegetables.
कट द व्हेजिटेबल्स्.
भाजी कापा.

209. Boil the water.
बॉइल द वॉटर.
पाणी उकळवं.

210. Switch on the washing machine.
स्वीच ऑन द वॉशिंग मशिन.
मशीन चालू कर.

211. Bring fresh fruits.
ब्रिंग फ्रेश फ्रूट्स.
ताजी फळे आण.

212. Your room is clean.
यूवर रूम इज क्लीन.
तुझी / तुमची खोली स्वच्छ आहे.

213. come in the dining - room.
कम इन द डायनिंग रुम.
जेवायच्या खोलीत या.

214. Sugar container is on the shelf.
शुगर कन्टेनर इन ऑन द शेल्फ.
साखरेचा डबा कप्प्यावर आहे.

215. Add some drops of vinegar
अँड सम ड्राप्स ऑफ़ व्हिनेगर.
व्हिनेगरचे काही थेंब घाल.

216. That is the tin of oil.
दॅट इज द टिन ऑफ ऑइल.
तो तेलाचा डबा आहे.

217. Take salt and pepper.
टेक सॉल्ट अॅन्ड पेपर.
मीठ आणि मिरपूड घे.

218. My mother is preparing dinner.
माय मदर इज प्रिपेअरिंग डिनर.
माझी आई रात्रीचे जेवण बनवते आहे.

219. Bake the cake in the oven.
बेक द केक इन द ओव्हन.
ओव्हन मधे केक करा.

220. Sit on the sofa.
सीट ऑन द सोफा.
सोफ्यावर बस / बसा.

221. water the plants.
वॉटर द प्लान्टस्.
झाडांना पाणी घाला.

222. Serve lunch.
सर्व्ह लंच.
जेवण वाढ.

223. Defrost the fridge.
डीफ्रॉस्ट द फ्रिज.
फ्रिज डिफ्रॉस्ट कर (बर्फ दूर कर)

English Language

इंग्लिश लॅन्वेज् - इंग्लिश भाषा

224. English is an international language
इंग्लिश इज अॅन इंटरनॅशनल लॅन्वेज्.
इंग्लिश ही एक जागतिक भाषा आहे.

225. The English Alphabet consists of 26 letters.
द इंग्लिश अल्फाबेट कन्सिस्ट ऑफ 26 लेटर्स.
इंग्लिश वर्णमालेत 26 अक्षरे असतात.

226. English language has Latin alphabet.
इंग्लिश लॅन्वेज हॅज लॅटिन अल्फाबेट.
इंग्लिश भाषेची वर्णमाला लॅटिन आहे.

227. A to Z are the letters in English.
A टू Z आर द लेटर्स इन इंग्लिश.
A पासून Z पर्यंत इंग्लिशमध्ये अक्षरे आहेत.

228. A, E, I, O, U are the vowels.
A, E, I, O, U आर द व्हॉवल्स.
A, E, I,O,U हे स्वर आहेत.

229. Remaining 21 letters are consonants.
रिमेनिंग 21 लेटर्स आर कन्सोनंट्स्.
उरलेली 21 अक्षरे व्यंजने आहेत.

230. Letters make a word.
लेटर्स मेक अ वर्ड.
अक्षरांपासून शब्द बनतो.

231. Words make a phrase.
वर्डस् मेक अ फ्रेज.
शब्दांपासून वाक्प्रचार बनतो.

232. Words make a sentence.
वर्डस् मेक अ सेन्टेन्स.
शब्दांपासून वाक्यं बनतं.

233. Sentences make a paragraph.
सेन्टेन्सेस् मेक अ पॅरेग्राफ
वाक्यांपासून परिच्छेद बनतो.

Time, Days, Months, Seasons

टाईम, डेज्, मन्थ्स्, सीझन्स्,

वेळ, दिवस, महिने, ऋतु

234. Which is the day of holiday?
वीच इज द डे ऑफ हॉलिडे?
सुट्टीचा दिवस कोणता?

235. Sunday is holiday.
संडे इज हॉलिडे.
रविवार सुट्टीचा दिवस आहे.

236. What day is it today?
व्हॉट डे इज इट टूडे?
आज कोणता दिवस आहे?

237. Today is Wednesday.
टूडे इन वेड्नेस्डे.
आज बुधवार आहे.

238. which day was yesterday?
वीच डे वॉज यस्टर्डे?
काल कोणता वार होता?

239. Yesterday was Tuesday.
यस्टर्डे वॉज ट्यूस्डे.
काल मंगळवार होता.

240. Which day is tomorrow?
वीच डे इज टूमॉरो?
उद्या कोणता वार आहे?

241. Tomorrow is Thursday
टूमॉरो इज थर्सडे.
उद्या गुरुवार आहे.

242. Tomorrow will be Friday.
टूमॉरो वील बी फ्रायडे.
उद्या शुक्रवार असेल.

243. which day will be tomorrow?
वीच डे विल बी टूमॉरो?
उद्या कोणता वार असेल?

244. what was the day before yesterday?
व्हॉट वॉज द डे बीफोर यस्टर्डे?
परवा (कालच्या आधी) कोणता दिवस होता?

245. The day before yesterday was Monday.
द डे बीफोर यस्टर्डे वॉज मंडे.
परवा (कालच्या आधी) सोमवार होता.

246. What will be the day after tomorrow?
व्हॉट विल बी द डे ऑफ्टर टूमॉरो?
परवा (उद्या नंतर) कोणता दिवस असेल?

247. The day after tomorrow will be Saturday.
द डे आफ्टर टूमॉरो विल बी सॅटर्डे.
परवा (उदया नंतर) शनिवार असेल.

248. Which days make a week-end?
वीच डेज् मेक अ वीकएन्ड्?
कोणते दिवस आठवड्याचा शेवट करतात?

249. Saturday and Sunday make a weekend.
सॅटर्डे ॲन्ड संडे मेक अ वीकएन्ड.
शनिवार - रविवार आठवड्याचा शेवट करतात.

250. How many days are there in a week?
हाऊ मेनी डेज आर देअर इन अ विक?
एका आठवड्यात किती दिवस असतात?

251. There are seven days in a week.
देअर आर सेव्हन डेज् इन अ वीक.
एका आठवड्यात सात दिवस असतात.

252. Which are they?
वीच आर दे?
ते कोणते?

253. Name them.
नेम देम.
नाव सांग / सांगा

254. How many months are there in a year?
हाऊ मेनी मन्थ्स् आर देअर इन अ इयर?
एका वर्षात किती महिने असतात?

255. There are twelve months in a year.
देअर आर ट्वेल मन्थ्स् इन अ इयर.
एका वर्षात बारा महिने असतात.

256. which month follows June?
वीच मन्थ फॉलोज जून?
जून नंतर कोणता महिना येतो?

257. July follows June.
जुलै फॉलोज् जून
जून नंतर जुलै येतो.

258. which month comes before May?
वीच मन्थ कम्स बीफोर मे?
मे च्या आधी कोणता महिना येतो?

259. April comes before May.
एप्रिल कम्स बीफोर मे.
मेच्या आधी एप्रिल येतो.

260. In which month do you get vacation?
इन वीच मन्थ डू यू गेट व्हेकेशन?
तूला / तुम्हांला कोणत्या महिन्यात सुट्टी मिळते?

261. I get vacation in the month of May.
आय् गेट व्हेकेशन इन द मन्थ ऑफ मे.
मला मे महिन्यात सुट्टी मिळते.

262. I enjoy week-end.
आय एन्जॉय वीकएन्ड.
मी शनिवार-रविवारी (आठवड्याचे शेवटचे दिवस) मजा करते / करतो.

263. She will not come on week-days.
शी विल नॉट कम ऑन वीक डेज.
आठवड्याच्या मधल्या दिवसात ती
(सोमवार ते शुक्रवार) येणार नाही.

264. What are the winter months in India?
व्हॉट आर द वीन्टर मन्थस् इन इंडिया?
भारतात हिवाळ्याचे महिने कोणते?

265. The winter months in India are from December to February.
द विन्टर मन्थ्स इन इंडिया आर फ्रॉम डिसेंबर टू फेब्रूअरी.
डिसेंबर ते फेब्रुवारी हे भारतातील हिवाळ्याचे महिने आहेत.

266. Which are the summer months in India?
वीच आर द समर मन्थ्स इन इंडिया?
भारतातील उन्हाळ्याचे महिने कोणते?

267. The Summer months in India are from March to May.
द समर मन्थ्स इन इंडिया आर फ्रॉम मार्च टू मे.
मार्च ते मे हे भारतातील उन्हाळ्याचे महिने आहेत.

268. Which are the monsoon months in India?
वीच आर द मॉन्सून मन्थ्स् इन इंडिया?
भारतातील पावसाळी महिने कोणते?

269. June to September are the monsoon months in India.

जून टू सप्टेंबर आर द मॉन्सून मन्थ्स इन इंडिया

जून ते सप्टेंबर हे महिने भारतातील पावसाळी महिने आहेत.

270. What are the post-monsoon months?

व्हॉट आर द पोस्ट - मॉन्सून मन्थ्स्?

पावसाळ्या नंतरच्या (ऋतूचे) महिने कोणते?

271. The post-monsoon or autumn season's months are October and November.

द पोस्ट - मॉन्सून ऑर ऑटम सीझन्स् मन्थ्स् आर ऑक्टोबर ॲन्ड नोव्हेंबर.

ऑक्टोबर आणि नोव्हेंबर हे महिने पावसाळ्यानंतरचे किंवा शरद ऋतूचे आहेत.

Directions - दिशा

Main directions

मेन डायरेक्शन्स - मुख्य दिशा

1. East - ईस्ट - पूर्व
2. west - वेस्ट - पश्चिम
3. North - नॉर्थ - उत्तर
4. South - साऊथ - दक्षिण

Sub-directions सब - डायरेक्शन्स् - उपदिशा

5. North-east - नॉर्थ-ईस्ट - ईशान्य
6. South-east - साऊथ-ईस्ट - आग्नेय
7. South-west - साऊथ - वेस्ट - नैऋत्य
8. North-West - नॉर्थ - वेस्ट - वायव्य

272. How many directions are there in all?
हाऊ मेनी डायरेक्शन्स आर देअर इन ऑल?
एकूण किती दिशा आहेत?

273. There are eight directions in all.
देअर आर एट डायरेक्शन्स इन ऑल.
एकूण आठ दिशा आहेत.

274. Which are the directions?
वीच आर द डायरेक्शन्स्?
दिशा कोणत्या आहेत?

275. In which direction does the sun rise?
इन वीच डायरेक्शन डज् द सन राइज्?
सूर्य कोणत्या दिशेला उगवतो?

276. The sun rises in the east
सन् राइझेस इन द ईस्ट
सूर्य पूर्वेला उगवतो.

277. In which direction does the sun set?
इन वीच डायरेक्शन् डझ द सन सेट?
सूर्य कोणत्या दिशेला मावळतो?

278. The sun sets in the west.
द सन सेटस् इन द वेस्ट.
सूर्य पश्चिमेला मावळतो.

Usual Words, Phrases and Greetings

युझ्वल् वर्डस्, फ्रेजेस् अ‍ॅन्ड ग्रीटींगझ्

नेहमीचे शब्द, वाक्प्रचार आणि शुभेच्छा

- Hello - हॅलो!
- Hi - हाय्!
- Hey - हे!
- Bye - बाय्!

279. Good morning!
गुड मॉर्निंग!
सुप्रभात!
[पहाटे 5 ते दुपारी 12 वाजेपर्यंत]

280. Good afternoon!
गुड आफ्टरनून!
शुभ दुपार!
[दुपारी 12 ते संध्याकाळी 5 पर्यंत]

281. Good evening!
गुड ईव्हिनिंग!
शुभ संध्याकाळ!
[संध्याकाळी 5 ते रात्री 12 पर्यंत]

282. Good night!
गुड नाईट!
शुभ रात्र!
[रात्री 12 ते पहाटे 5 पर्यंत - झोपायला जाण्यापूर्वी किंवा निरोप घेण्यापूर्वी संध्याकाळी]

283. Good Day!
गुड डे!
शुभ दिन!
[पहाटे 6 पासून दुपारी 4 पर्यंत]

284. Thank you!
थँक यू!
आभारी आहे!

285. Sorry!
सॉरी!
माफ करा!

286. Please!
प्लीज!
कृपया!

287. Excuse me!
एक्स्क्यूज मी!
मला क्षमा करा!

288. Good Bye!
गुड बाय!
अलविदा [कामाचा निरोप घेताना]

289. see you!
सी यू!
भेटू!

290. See you soon!
सी यू सून!
लवकरच भेटू!

291. See you again!
सी यू अगेन!
पुन्हा भेटू!

292. Happy birthday!
हॅपी बर्थडे!
वाढदिवसाच्या शुभेच्छा!

293. Happy anniversary!
हॅपी ॲनिव्हर्सरी!
लग्नाच्या वाढदिवसाच्या शुभेच्छा!

294. Happy new year!
हॅपी न्यू इयर!
नववर्षाच्या शुभेच्छा!

295. Happy Diwali!
हॅपी दिवाली!
दिवाळीच्या शुभेच्छा!

296. Happy journey!
हॅपी जर्नी!
प्रवास सुखाचा होवो!

297. Safe journey!
सेफ जर्नी!
प्रवास सुरक्षित होवो!

298. Merry Christmas!
मेरी ख्रिस्मस्!
नाताळच्या शुभेच्छा!

299. Thank you and same to you!
थँक यू अॅन्ड सेम टू यू!
आभारी आहे आणि तुम्हांलाही शुभेच्छा!

300. Welcome!
वेलकम!
स्वागत आहे!

301. Best of luck!
बेस्ट ऑफ लक!
शुभेच्छा!

302. Congratulations!
कॉन्ग्रॅज्यूलेशन्स!
अभिनंदन!

303. God bless you!
गॉड ब्लेस यू!
देव तुझं भलं करो!

304. No problem!
नो प्रॉब्लेम!
हरकत नाही!

305. It is okay!
इट इज ओके!
ठीक आहे!

306. Take Care!
टेक केअर!
काळजी घे!

307. Stand up!
स्टँड अप!
उभा / उभी रहा!

308. sit down!
सिट डाऊन!
खाली बस / बसा.

309. keep quiet!
कीप क्वाएट!
शांत बसा!

310. Don't worry!
डोन्ट वरी!
काळजी करू नको!

311. Fine!

फाइन!

ठीक!

312. Bravo!

ब्राव्हो!

शाब्बास!

313. Well done.

वेल डन.

छान केलसं.

314. Get well soon!

गेट वेल सून!

लवकर बरे व्हा, लवकर बरी हो / बरा हो.

315. My Pleasure!

माय प्लेजर!

मला आनंद आहे!

316. Mention not!

मेन्शन नॉट!

उल्लेख नको!

317. Don't fear!

डोन्ट फीअर!

भिती नको!

318. speak the truth!

स्पीक द ट्रूथ!

सत्य बोला!

319. speak clearly!
स्पीक क्लीअरली!
स्पष्ट बोला!

320. Beware!
बीवेअर!
सावध!

321. Hurry up!
हरी अप!
लवकर!

322. My God!
माय गॉड!
अरे देवा!

323. Really?
रिअली?
खरंच?

324. Have a Seat!
हॅव अ सीट!
बसा!

325. Nice to meet you!
नाईस टू मीट यू!
तूला / तुम्हांला भेटून छान वाटलं!

326. See you tomorrow.
सी यू टूमॉरो.
उदया भेटू.

327. May God bless you.
मे गॉड ब्लेस यू.
देव तुझं / तुमचं भलं करो.

328. Get well soon.
गेट वेल सून.
लवकर बरा हो / बरी हो / बर व्हा.

329. wish you a very happy Diwali.
विश यू अ व्हेरी हॅपी दिवाली.
दिवाळीच्या हार्दिक शुभेच्छा.

330. I am grateful to you.
आय ॲम ग्रेटफूल टू यू.
मी तुझा / तुमचा आभारी आहे.

331. Live and let live.
लिव्ह ॲन्ड लेट लिव्ह.
जगा आणि जगू द्या

332. I beg your Parden.
आय् बेग यूवर पार्डन.
मी तुझी / तुमची माफी मागतो / मागते.

333. Hope for the best.
होप फॉर द बेस्ट.
सर्वोत्तम होण्याची आशा करू.

334. Have a nice summer vacation.
हॅव अ नाईस समर व्हेकेशन.
उन्हाळ्याची सुट्टी मजेत जावो.

335. Pleased to meet you.
प्लिज्ड् टू मीट यू.
तुला / तुम्हांला भेटून आनंद झाला.

336. Glad to see you.
ग्लॅड टू सी यू.
तूला / तुम्हांला पाहून आनंद झाला.

337. Hope to see you again.
होप टू सी यू अगेन.
तूला / तुम्हांला पुन्हा भेटण्याची आशा करू.

338. Be at home.
बी अॅट होम.
घरच्यासारख रहा./ घरी रहा.

339. Have a nice time.
हॅव अ नाईस टाईम.
छान वेळ जाऊ दे.

340. All the best.
ऑल द बेस्ट.
शुभेच्छा.

341. Good luck.
गुड लक.
नशिब छान असो.

342. Many many happy returns of the day!
मेनी मेनी हॅपी रिटर्नस ऑफ द डे!
या दिवसाच्या खूप खूप शुभेच्छा!

343. wish you a happy and prosperous new year!
विश यू अ हॅपी अॅन्ड प्रोस्परस् न्यू ईयर.
नव वर्ष आनंदी आणि भरभराटीच असो.

344. wish you a happy and prosperous married life.
विश यू अ हॅपी अॅन्ड प्रॉस्परस, मॅरिड लाइफ.
तुमचं वैवाहित जीवन आनंदी आणि भरभराटीचं असो, ही शुभेच्छा.

345. No mention, please.
नो मेन्शन प्लीज.
कृपया आभार व्यक्त नका करू.

346. You are welcome.
यू आर वेलकम.
तुझं / तुमचं स्वागत आहे.

347. Home, sweet home.
होम, स्वीट होम.
गोड गोड घर.

348. Congratulations on new home.
कॉंग्रॅज्यूलेशन्स् ऑन न्यू होम.
नव्या घराबदद्ल अभिनंदन.

349. Happy house-warming to you.
हॅपी हाऊस- वॉर्मिंग टू यू.
तुम्हांला वास्तूशांतीच्या शुभेच्छा.

350. welcome to your new home.
वेलकम टू यूवर न्यू होम.
नव्या घरात तुझं / तुमचं स्वागत.

351. Congrats on moving into your new home.
कॉन्ग्रॅट्स् ऑन मुव्हींग इन टू यूवर न्यू होम.
तुझ्या / तुमच्या नव्या घरात आल्याबददल शुभेच्छा.

352. we invite you to our housewarming.
वी इन्व्हाईट यू टू अवर हाऊस-वॉर्मिंग.
आमच्या वास्तूशांतीला आम्ही तुला / तुम्हाला निमंत्रित करतो.

353. Looking forward to welcome you
लुकिंग फॉरवर्ड टू वेलकम यू.
तुझं / तुमचं स्वागत करण्याची वाट पाहत आहे / आहोत.

354. Join us for birthday Party.
जॉईन अस फॉर बर्थडे पार्टी.
वाढदिवसाच्या पार्टीत सहभागी व्हा.

355. You are invited to the Mehendi of Sarika.
यू आर इन्व्हाईटेड टू द मेहंदी ऑफ सारिका.
सारिकाच्या मेंदीसाठी तूला / तुम्हांला निमंत्रण.

356. You are cordially invited to the wedding Ceremony.
यू आर कॉर्डीअली इन्व्हाईटेड टू द वेडिंग सेरेमनी.
तूला / तुम्हांला लग्नाच्या समारंभाचे सस्नेह निमंत्रण.

357. Please join us for a baby shower, honouring Meetali
प्लीज जॉईन अस फॉर अ बेबी शॉवर, ऑनरिंग मीताली.
कृपया मीतालीच्या डोहाळजेवणासाठी आमच्यांत सहभागी व्हा.

358. You are invited to a baby shower brunch.
यू आर इन्व्हाईटेड टू अ बेबी शॉवर ब्रंच.
डोहाळेजेवणाच्या अल्पोपहारसाठी तुला / तुम्हांला आमंत्रण.

359. special invitation to the Naming Ceremony.
स्पेशल इन्व्हिटेशन टू द नेमिंग सेरेमनी.
बारशाच्या कार्यक्रमासाठी विशेष निमंत्रण.

360. we pleasurably invite you to the Naming ceremony of our newly born baby.
वी प्लेजरेबली इन्व्हाईट यू टू द नेमिंग सेरेमनी ऑफ अवर न्यूली बॉर्न बेबी.
आम्ही आमच्या तान्ह्या बाळाच्या बारशासाठी तुम्हांला / तुला सस्नेह निमंत्रण करतो.

361. Happy engagement.
हॅपी एन्गेजमेंट.
साखरपुड्याच्या शुभेच्छा.

362. Best wishes to the newly engaged Couple.
बेस्ट विशेस् टू द न्यूली एन्गेज्ड कपल.
साखरपुडा झालेल्या नव्या जोडीला शुभेच्छा.

363. Congratulations to a beautiful couple.
कॉंग्रॅज्युलेशन्स् टू अ ब्युटीफूल कपल.
सुंदर जोडीचं अभिनंदन.

364. Join us for an engagement party of Sagar and Neha.
जॉईन अस फॉर ॲन एन्गेजमेंट पार्टी ऑफ सागर ॲन्ड नेहा.
सागर आणि नेहाच्या साखरपुड्याच्या कार्यक्रमात आमच्याकडे सहभागी व्हा.

365. Heartful condolences.
हार्टफूल कन्डोलन्सेस्.
मनापासून शोक.

366. Alas! She is no more.
अलास! शी इज नो मोअर.
अरेरे! ती आता या जगात नाही.

367. May his soul rest in peace.
मे हीज सोल रेस्ट इन पीस.
त्याच्या आत्म्यास शांती लाभो.

368. I am sorry to hear of your loss
आय ॲम सॉरी टू हिअर ऑफ यूवर लॉस्.
तुझ्या जीवनात निर्माण झालेल्या पोकळी बद्दल ऐकून मला वाईट वाटलं.

369. My deepest sympathies to you and your family.
माय डिपेस्ट सिम्पथीज् टू यू ॲन्ड यूवर फॅमिली.
तूला आणि तुझ्या कुटुंबासाठी माझ्याकडून खूप सहानुभूती.

370. How are you?
हाऊ आर यू?
तू कशी आहेस?

371. Where are you from?
व्हेअर आर यू फ्रॉम?
तू कुठली आहेस? तू कुठून आला आहेस? तुम्ही मूळचे कुठले?

372. What about you?
हॉट अबाऊट यू?
तुझ्याबद्दल / तुमच्याबद्दल काय?

373. How do you do?
हाऊ डू यू डू?
तूझं कसं काय? तुमचं कसं काय?

374. What's up?
व्हॉट्स अप?
काय मग?

Imperative Sentences

इम्परेटीव सेन्टेन्सेस्

आज्ञार्थी वाक्ये.

- Order - ऑर्डर - हुकूम
- Advice - अॅडव्हाईस - सल्ला
- Command - कमांड - आज्ञा
- Instruction - इन्स्ट्रक्शन - सूचना
- Request - रिक्वेस्ट -विनंती.

375. keep quiet.
कीप क्वाएट.
शांतता ठेवा.

376. Please come quickly.
प्लीज कम क्विक्ली.
कृपया लवकर ये / या.

377. Switch on the fan.
स्वीच ऑन द फॅन.
पंखा चालू कर / करा.

378. Drive carefully.
ड्राइव्ह केअरफूली
काळजीपूर्वक गाडी चालव / चालवा.

379. Take a taxi.
टेक अ टॅक्सी.
टॅक्सी कर / करा.

380. Tidy up your room.
टायडी अप यूवर रुम.
तुझी / तुमची खोली स्वच्छ कर / करा.

381. Give me some sweet, please.
गीव मी सम स्वीट, प्लीज.
कृपया मला थोडी मिठाई दे / द्या.

382. Turn off your mobile phone.
टर्न ऑफ युवर मोबाईल फोन.
तुझा / तुमचा मोबाईल बंद कर / करा.

383. Preheat the oven
प्रिहीट द ओव्हन.
ओव्हन आधी गरम कर / करा.

384. Do not smoke.
डू नॉट स्मोक.
धुम्रपान करू नको / नका.

385. Nobody move.
नोबडी मूव्ह.
कोणीही हलू नका.

386. Don't touch me.
डोन्ट टच मी.
मला स्पर्श करू नको / नका.

387. Pass the salt.
पास व सॉल्ट.
मीठ सरकवं / सरकवा.

388. Wash the dishes
वॉश र डिशेस्
ताट / ताटल्या धू / धुवा.

389. Help me, please
हेल्प मी, प्लीज
कृपया मला मदत कर / करा.

390. Go to the market.
गो टू द मार्केट.
बाजारात जा.

391. Run fast.
रन फास्ट.
वेगाने पळ.

392. Watch TV.
वॉच टी.व्ही.
टि.व्ही. पहा.

393. Be Careful.
बी केअरफूल.
काळजी घे / घ्या.

394. Please, be seated.
प्लीज, बी सीटेड.
कृपया बसून घ्या / घे.

395. Have courage.
हॅव करेज.
धैर्य असू दे.

396. Enjoy some fresh fruits.
इन्जॉय सम फ्रेश फ्रूट्स.
थोडी ताज्या फळांची मजा घे / घ्या

397. Drink lot of water.
ड्रिंक लॉट ऑफ वॉटर.
भरपूर पाणी पी / प्या.

398. Stay healthy.
स्टे हेल्दी.
आरोग्यसंपन्न रहा.

399. Be strong.
बी स्ट्रॉंग.
शक्तीवान हो.

400. Eat nutritious food.
इट न्यूट्रिशिअस फूड.
सकस अन्न खा.

401. Don"t talk
डोन्ट टॉक.
बोलू नको / नका.

402. Wear a saree

वेअर अ सारी.

साडी नेस / नेसा.

403. Turn on the tap.

टर्न ऑन द टॅप.

नळ चालू कर / करा.

404. Take rest.

टेक रेस्ट.

विश्रांती घे / घ्या.

405. Please, move a bit.

प्लीज मूव्ह अ बीट.

कृपया थोडसं सरक / सरका.

406. water the plants.

वॉटर द प्लान्ट्स्.

झाडांना पाणी घाल / घाला

407. Study regularly.

स्टडी रेग्यूलरली.

नियमितपणे अभ्यास कर / करा.

408. Exercise daily.

एक्सरसाइज् डेली.

रोज व्यायाम कर / करा.

409. Don't be silly.

डोन्ट बि सिली.

मूर्खपणा करू नको / नका.

410. Carry your luggage.
कॅरी यूवर लगेज.
तुझे / तुमचे सामान घेऊन जा.

411. Smile, please.
स्माईल, प्लीज.
कृपया हस / हसा.

412. Look into the matter.
लूक इनटू द मॅटर.
या गोष्टीत लक्ष घाल / घाला.

413. Think positively.
थिंक पॉझिटिव्हली.
सकारात्मक विचार कर / करा.

414. Grow up.
ग्रो अप.
मोठी हो / मोठे व्हा.

415. Don't blame yourself.
डोन्ट ब्लेम यूवरसेल्फ.
स्वतःला दोष देऊ नको / नका.

416. Guide me.
गाईड मी.
मला मार्गदर्शन कर / करा.

417. show me the directions.
शो मी द डायरेक्टशन्स्.
मला दिशा दाखव / दाखवा.

418. Go straight.
गो स्ट्रेट.
सरळ जा.

419. Turn to the right.
टर्न टू द राईट.
उजवीकडे वळ / वळा.

420. Boil the water.
बॉईल द वॉटर.
पाणी उकळवं / उकळवा

421. Try to get Some sleep.
ट्राय टू गेट सम स्लिप.
थोडं झोपायचा प्रयत्न कर / करा.

422. Bring vegetables.
ब्रिंग व्हेजिटेबल्स्.
भाजी आण / आणा.

423. Get it done
गेट इट डन
हे करून घे / घ्या.

424. Save money for the future.
सेव् मनी फॉर द फ्यूचर.
भविष्यासाठी पैश्यांची बचत कर / करा.

Negative Sentences

नेगेटीव्ह सेन्टेन्सेस्

नकारार्थी वाक्ये

425. I don't know.
आय् डोन्ट नो.
मला माहित नाही.

426. He does not understand.
ही डझ नॉट अन्डरस्टँड.
त्याला समजत नाही.

427. I do not ask anything
आय डू नॉट आस्क एनिथिंग.
मी काहीही विचारत नाही.

428. Mayura does not come here.
मयूरा डझ नॉट कम हिअर.
मयूरा इथे येत नाही.

429. It is not easy.
इट इज नॉट इझी.
हे सोप्पं नाही.

430. He is not married.
ही इज नॉट मॅरिड.
त्याचं लग्न झालेलं नाही.

431. She was not deaf.
शी वॉज नॉट डेफ.
ती बहिरी नव्हती.

432. Maya could not swim.
माया कूड नॉट स्वीम्.
माया पोहू शकत नव्हती.

433. I can not sing.
आय् कॅन नॉट सिंग.
मी गाऊ शकत नाही.

434. He did not miss the bus.
ही डिड नॉट मीस द बस.
त्याची बस चुकली नव्हती.

435. It was not raining yesterday.
इट वॉज नॉट रेनिंग यस्टरडे.
काल पाऊस पडत नव्हता.

436. We have not heard this news.
वी हॅव नॉट हर्ड धीस् न्यूज.
आम्ही ही बातमी ऐकलेली नाही.

437. It is not cold today.
इट इज नॉट कोल्ड टूडे.
आज थंड नाहीये.

438. We are not late today.
वी आर नॉट लेट टूडे.
आम्हांला आज उशिर झालेला नाही.

439. we will not go.
वी विल नॉट गो.
आम्ही जाणार नाही.

440. You are not ready.
यू आर नॉट रेडी.
तू / तुम्ही तयार नाही आहात.

441. You are not feeling well.
यू आर नॉट फिलिंग वेल.
तुला / तुम्हांला बरं वाटत नाहीये.

442. She was not in Delhi.
शी वॉज नॉट इन डेल्ही.
ती दिल्लीला नव्हती.

443. It is not true.
इट इज नॉट ट्रू
हे खरं नाही.

444. There is no one.
देअर इज नो वन.
तिथे कोणीही नाही.

445. We did not attend a lecture.
वी डिड नॉट अटेंड अ लेक्चर.
आम्ही लेक्चरला उपस्थित नव्हतो.

446. Father won't be angry.
फादर वोन्ट बी अॅन्ग्री.
वडिल रागावणार नाहीत.

447. I can not drive a car.
आय् कॅन नॉट ड्राइव्ह अ कार.
मी गाडी चालवू शकत नाही.

448. She is not right.
शी इज नॉट राइट.
ती / तिचं बरोबर नाही.

449. It is not my mistake.
इट इज नॉट माय मिस्टेक.
ही माझी चूक नाहीये.

450. We shall not fight.
वी शॅल नॉट फाइट.
आम्ही / आपण भांडणार नाही.

451. You should not lie.
यू शूड नॉट लाय्.
तू / तुम्ही खोटं बोलू नका.

452. Nobody is perfect.
नोबडी इज पर्फेक्ट.
कोणीही परिपूर्ण नसतं.

453. He is not tall.
ही इज नॉट टॉल.
तो उंच नाहीये.

454. She is not a dancer.
शी इज नॉट अ डान्सर.
ती नर्तिका नाहीये.

455. You need not go there.
यू नीड नॉट गो देअर.
तू / तुम्ही तिथे जाण्याची गरज नाही.

456. No way.
नो वे.
कोणताही मार्ग नाही.

457. You must not waste time.
यू मस्ट नॉट वेस्ट टाइम.
तू / तुम्ही वेळ फुकट घालवू नको / नका.

458. It is not hungry.
इट इज नॉट हंग्री
ते भूकेलेलं नाही.

459. I could not reach in time.
आय कूड नॉट रीच इन टाइम.
मी वेळेत पोहचू शकले नाही.

460. This book is not mine
धीस बुक इज नॉट माइन.
हे पुस्तक माझं नाही.

461. They are not interested.
दे आर नॉट इन्टरेस्टेड.
त्यांना रस नाहीये.

462. The cat is not hers.
द कॅट इज नॉट हरस्.
मांजर तिचं नाहीये.

463. You were not helping.
यू वअर नॉट हेल्पिंग.
तू / तुम्ही मदत करत नव्हतास / नव्हतीस / नव्हतात.

464. The lift is not working.
द लिफ्ट इज नॉट वर्किंग.
लिफ्ट काम करत नाहीये.

465. She had not cooked the food.
शी हॅड नॉट कूक्ड द फूड.
तिने अन्न शिजवलेलं नव्हतं.

466. My mother will not allow me.
माय मदर विल नॉट अलाऊ मी.
माझी आई मला परवानगी देणार नाही.

467. She never tell lies
शी नेव्हर टेल लाइज्.
ती कधीही खोटं बोलत नाही.

468. She is not a fool.
शी इज नॉट अ फूल.
ती मूर्ख नाहीये.

469. It does not exist.
इट डझ नॉट एक्झिस्ट.
ते अस्तित्वात नाही.

470. I have not seen that movie.
आय हॅव नॉट सीन दॅट मूव्ही.
मी तो पिक्चर पाहिलेला नाहीये.

471. It was not difficult.
इट वॉज नॉट डिफिकल्ट.
ते / हे कठीण नव्हतं.

472. Nobody move.
नोबडी मूव्ह.
कोणीही हलू नका.

473. Not a single student was present.
नॉट अ सिंगल स्टूडन्ट वॉज प्रेझेंट.
एकही विद्यार्थी / विद्यार्थिनी उपस्थित नव्हता / नव्हती.

474. I do not care.
आय् डू नॉट केअर.
मी पर्वा / काळजी करत नाही.

Health

हेल्थ- आरोग्य

475. I am healthy.
आय ॲम हेल्दी
मी निरोगी आहे.

476. I am fit and fine.
आय ॲम फीट ॲन्ड फाइन.
मी स्वस्थ आणि मस्त आहे.

477. How are you feeling?
हाऊ आर यू फिलिंग?
तूला / तुम्हांला कसं वाटतंय?

478. He is a healthy child.
ही इज अ हेल्दी चाइल्ड.
तो निरोगी मुलगा आहे.

479. She is not well.
शी इज नॉट वेल
ती बरी नाहीये.

480. He is badly hurt.
ही इज बॅडली हर्ट.
त्याला वाईटरित्या इजा झाली आहे.

481. Consult some doctor.
कन्सल्ट सम डॉक्टर.
कोणत्यातरी डॉक्टरांचा सल्ला घे / घ्या.

482. Call the doctor
कॉल द डॉक्टर
डॉक्टरांना फोन कर / करा किंवा डॉक्टरांना बोलाव / बोलवा.

483. I am worried about my health.
आय एम वरीड अबाऊट माय हेल्थ.
मला माझ्या तब्बेतीची काळजी वाटते आहे.

484. I am not feeling well, today.
आय ॲम नॉट फिलिंग वेल, टूडे.
आज मला बरं वाटत नाहीये.

485. Overwork has ruined his health.
ओव्हरवर्क हॅज रुइन्ड हिज हेल्थ.
जास्तीच्या कामामुळे त्याची तब्बेत बिघडली आहे.

486. It is a healthy baby.
इट इज अ हेल्दी बेबी.
हे एक निरोगी बाळ आहे.

487. You should exercise regularly.
यू शूड एक्सरसाइज रेग्यूलर्ली.
तू / तुम्ही नियमितपणे व्यायाम करायला हवा.

488. She has run down in health.
शी हॅज रन डाऊन इन हेल्थ.
तिची तब्बेत खालावलेली आहे.

489. Radha is very weak.
राधा इज व्हेरी विक.
राधा खूप अशक्त आहे.

490. The doctor could not diagnose his disease.
द डॉक्टर कूड नॉट डायग्नॉस हिज डिसीझ.
डॉक्टर त्याच्या आजाराचं निदान करू शकले नाहीत.

491. I am extremely tired.
आय ॲम एक्स्ट्रीम्ली टायर्ड.
मी अतिशय दमले / दमलो आहे.

492. Can you read thermometer?
कॅन यू रीड थर्मामीटर?
तुला / तुम्हांला थर्मामीटर कळतो का?

493. Please press my head gently.
प्लीज प्रेस माय हेड जेन्टली.
कृपया माझं डोकं हळूवारपणे चेपून दे / दया.

494. My mother recovered from her illness.
माय मदर रिकव्हरर्ड फ्रॉम हर इलनेस.
माझी आई तिच्या आजारातून बरी झाली.

495. Now the patient is out of danger.
नाऊ द पेशंट इज आऊट ऑफ डेन्जर.
आता रुग्ण धोक्यातून बाहेर आला आहे / आली आहे.

496. Laughter is the best medicine.
लाफ्टर इज द बेस्ट मेडिसीन.
हास्य हे सर्वोत्तम औषध आहे.

497. Radha has a weak constitution.
राधा हॅज अ विक कॉन्स्टिट्यूशन.
राधाची शरीरप्रकृती अशक्त आहे.

498. Today my health is down.
टूडे माय हेल्थ इज डाऊन
आज माझी तब्बेत खालावली आहे.

499. Take some rest.
टेक सम रेस्ट.
थोडी विश्रांती घे / घ्या.

500. Take care of your health.
टेक केअर ऑफ यूवर हेल्थ.
तुझ्या / तुमच्या आरोग्याची काळजी घे / घ्या.

501. Take medicine on time.
टेक मेडिसीन ऑन टाइम.
औषधं वेळेवर घे / घ्या.

502. Avoid quacks.
अव्हॉईड क्वॅक्स्
भोंदू (डॉक्टर्स) ना टाळा.

503. Take a dose of medicine every six hours.
टेक अ डोस ऑफ मेडिसीन एव्हरी सिक्स अवर्स.
प्रत्येक सहा तासांनी औषधाचा डोस घे / घ्या.

504. Eat nutritious food.
इट न्यूट्रिशिअस फूड.
पौष्टिक अन्न खा.

505. Take a walk in the morning.
टेक अ वॉक इन द मॉर्निंग.
सकाळी चाला / फेरफटका मारा.

506. She looks pale.
शी लूक्स पेल.
ती निस्तेज दिसते आहे.

507. Symptoms are not visible.
सिम्पट्म्स् आर नॉट व्हिजीबल.
लक्षणं दिसत नाहीयेत.

508. It is not a healthy diet.
इट इज नॉट अ हेल्दी डाएट.
हा सकस आहार नाहीये.

509. I have a slight fever.
आय हॅव अ स्लाइट फिवर.
मला जरासा ताप आहे.

510. I am feeling feverish.
आय् ॲम फिलिंग फिवरिश.
मला ताप आल्यासारखं वाटतंय.

511. Get well soon.
गेट वेल सून.
लवकर बरा / बरी हो / बरे व्हा.

512. I can't breathe.
आय कान्ट ब्रिद.
मी श्वास घेऊ शकत नाहीये.

513. Mental health is really important.
मेंटल हेल्थ इज रिअली इम्पॉर्टन्ट.
मानसिक आरोग्य खरचं महत्त्वाचं आहे.

514. Don't eat fast food.
डोन्ट इट फास्ट फूड.
फास्ट फूड (जलद तयार होणारे अन्न) खाऊ नको / नका.

515. Get rid of bad habits.
गेट रीड ऑफ बॅड हॅबिट्स्.
वाईट सवयींपासून सुटकारा मिळव / मिळवा.

516. He is on medication
ही इज ऑन मेडिकेशन.
तो औषधोपचारांवर आहे.

517. She is on diet.
शी इज ऑन डाएट
ती डाएट वर (नियंत्रित आहारावर) आहे.

518. She is trying to reduce her weight.
शी इज ट्राईंग टू रिड्युस हर वेट.
ती तिचं वजन कमी करण्याचा प्रयत्न करते आहे.

519. I am suffering from cough and cold.
आय ॲम सफरिंग फ्रॉम कफ ॲन्ड कोल्ड.
मी सर्दी-खोकल्याचा त्रास सहन करते आहे.

520. Drink plenty of water.
ड्रिंक प्लेन्टी ऑफ वॉटर.
भरपूर पाणी पी / प्या.

521. Health is wealth.
हेल्थ इज वेल्थ.
आरोग्य ही संपत्ती.

522. An apple a day keeps the doctor away.
ॲन ॲपल अ डे किप्स द डॉक्टर अवे.
रोज खाल्लेलं एक सफरचंद डॉक्टरला दूर ठेवतं.

523. Prevention is better than cure.
प्रिव्हेंन्शन इज बेटर दॅन क्यूअर.
प्रतिबंध उपचारापेक्षा जास्त चांगला.

Exclamatory Sentences

एक्स्क्ल्मेटरी सेन्टेन्सेस्

उद्‌गारवाचक वाक्ये.

524. Marvellous!

   मार्व्हलस्!

   अप्रतिम!

525. Well done!

   वेल डन!

   शाब्बास!

526. Beautiful!

   ब्यूटिफूल!

   सुंदर!

527. My God!

   माय गॉड!

   अरे देवा!

528. Done wonderfully!

   डन वंडरफुली!

   छानदार काम!

529. Thank God!
थॅन्क् गॉड!
देवा आभार!

530. Excellent!
एक्सलंट!
खूप छान!

531. How sad!
हाऊ सॅड!
किती दुःखी!

532. How terrible!
हाऊ टेरिबल्!
किती भयानक!

533. How dare he!
हाऊ डेअर ही!
त्याची एवढी हिम्मत!

534. How sweet!
हाऊ स्वीट!
किती गोड!

535. What a shame!
व्हॉट अ शेम!
किती शरमेची गोष्ट!

536. What a surprise!
हॉट अ सरप्राईज्!
किती आश्चर्याची गोष्ट!

537. Silence!
सायलेन्स्!
शांतता!

538. Beware!
बीवेअर!
सावध!

539. What a pity!
व्हॉट अ पिटी!
किती करुणास्पद!

540. What an idea!
व्हॉट अॅन आयडिया!
काय कल्पना!

541. How dangerous!
हाऊ डेन्जरस!
किती धोकादायक!

542. So cute!
सो क्यूट!
किती गोंडस!

543. what a beauty!
व्हॉट अ ब्यूटी!
कित्ती सुंदरता!

544. What an excellent idea!
व्हॉट अॅन एक्सलंट आयडिया!
काय अप्रतिम कल्पना!

545. What a pleasant surprise!
व्हॉट अ प्लेझंट सरप्राइज्!
काय सुखद आश्चर्य!

546. What a beautiful sight!
व्हॉट अ ब्युटिफूल साइट!
कित्ती सुंदर दृश्य!

547. What a terrible accident!
हॉट अ टेरिबल ॲक्सिडंट!
किती भयानक अपघात!

548. Oh! how kind!
ओ! हाऊ काइंड!
अरे वा, किती दयाळू!

549. wow! Great!
वोव! ग्रेट!
अरे वा! महान! अप्रतिम!

550. How lovely!
हाऊ लवली!
किती सुंदर!

551. How nice!
हाऊ नाईस!
किती छान!

552. What an exciting experience!
व्हॉट ॲन एक्सायटिंग एक्स्पेरियन्स्!
किती रोमांचक अनुभव!

553. What a tragedy!
व्हॉट अ ट्रॅजेडी!
काय शोकांतिका!

554. What a coincidence!
व्हॉट अ कोइन्सिडन्स्!
काय योगायोग!

555. What a cute baby!
व्हॉट अ क्यूट बेबी!
काय गोंडस बाळ!

556. What an ugly bug!
व्हॉट अॅन अग्ली बग!
काय घाणेरडा किडा!

557. What a happy ending!
व्हॉट अ हॅपी एन्डिंग!
काय आनंदी शेवट!

558. How well they played!
हाऊ वेल दे प्लेड!
किती छान खेळले ते!

559. How bright the sun is shining!
हाऊ ब्राइट द सन इज शायनिंग!
किती तेजस्वी तळपतो आहे सूर्य!

560. How absurd is the painting!
हाऊ अॅबसर्ड इज द पेंटींग!
किती निरर्थक आहे चित्र!

561. How great was the play!
हाऊ ग्रेट वॉज द प्ले!
किती अप्रतिम होतं नाटक!

562. How pretty is the bride!
हाऊ प्रिटी इज द ब्राइड!
कित्ती सुंदर आहे वधू!

563. How charming were his manners!
हाऊ चार्मिंग वेअर हिज मॅनर्स!
कित्ती मोहक आहेत त्याचे शिष्टाचार!

564. How cozy is your home!
हाऊ कोझी इज यूवर होम!
कित्ती उबदार आहे तुझं घर!

565. How handsome is that guy!
हाऊ हॅन्डसम इज दॅट गाय!
कित्ती देखणा आहे तो पुरुष!

566. I was so mad at him!
आय वॉज सो मॅड अॅट हिम!
मी त्याच्यावर इतका / इतकी वैतागलो / वैतागले होते / होतो.

567. Alas! we lost her!
अलास! वी लॉस्ट हर!
अरेरे! आपण तिला मुकलो!

568. Hoorah! We won the match!
हुर्रा! वी वन र मॅच!
हुर्रे! आपण सामना जिंकलो!

569. Most welcome!
मोस्ट वेलकम!
खूप स्वागत!

570. Such a joy!
सच अ जॉय!
इतका आनंद!

571. Ouch! It hurts!
आऊच्! इट हर्टस्!
आई गं, हे लागतंय! (हे दुखतंय!)

572. Oh no! he failed miserably!
ओ नो! ही फेल्ड मिझरेब्ली!
अरेरे! वाईटरित्या अयशस्वी झाला तो!

573. What a thrilling movie!
व्हॉट अ थ्रिलिंग मुव्ही!
काय थरारक पिक्चर!

Usual Questions

युज्वल क्वेश्चन्स् - नेहमीचे प्रश्न.

574. What is your name?
     व्हॉट इज युवर नेम?
     तुझं / तुमचं नाव काय?

575. what is the time?
     व्हॉट इज द टाइम?
     किती वाजले?

576. How are you?
     हाऊ आर यू?
     तू कसा / कशी आहेस?
     तुम्ही कसे आहात?

577. what about you?
     व्हॉट अबाऊट यू?
     तुझ्याबद्दल / तुमच्याबदद्ल काय?
     तू / तुम्ही कसे आहात?

578. How do you do?
     हाऊ डू यू डू?
     तू / तुम्ही कसे आहात?

579. where are you?
व्हेअर आर यू?
तू कुठे आहेस?
तुम्ही कुठे आहात?

580. How old are you?
हाऊ ओल्ड आर यू?
तू किती वर्षाची / वर्षांचा आहेस?
तुम्ही किती वर्षांचे आहात?

581. what is your age?
व्हॉट इज युवर एज्?
तुझं / तूमचं वय किती?

582. How are you feeling?
हाऊ आर यू फिलिंग?
तुला / तुम्हांला कसं वाटतंय?

583. Are you okay?
आर यू ओके?
तू / तुम्हीं ठीक आहात ना?

584. why are you late?
व्हाय आर यू लेट?
तुला / तुम्हांला उशिर का झाला?

585. where are the keys?
व्हेअर आर् द कीज्?
किल्ल्या कुठे आहेत?

586. Is it your pen?
इज इट यूवर पेन?
हे तुझं / तुमचं पेन आहे का?

587. when will he come?
व्हेन् विल ही कम?
तो कधी येणार आहे?

588. Are you going to the market?
आर यू गोइंग टू द मार्केट्
तू / तुम्ही बाजारात जात आहेस / आहात का?

589. Will you come?
वील यू कम?
तू येशील का? तुम्ही याल का?

590. what do you do?
व्हॉट डू यू डू?
तू काय करतेस / करतोय? / तुम्ही काय करता?

591. What is the cost?
व्हॉट इज द कॉस्ट?
किंमत काय?

592. Where do you stay?
व्हेअर डू यू स्टे?
तू कुठे रहातेस / रहातोस? / तुम्ही कुठे रहाता?

593. when is she going?
व्हेन इज शी गोइंग?
ती कधी जाणार आहे?

594. What is the date today?
व्हॉट इज द डेट टूडे?
आज तारिख काय आहे?

595. why are you upset?
व्हाय आर यू अपसेट?
तू / तुम्ही नाराज का आहेस? / आहात?

596. Was it Monday yesterday?
वॉज इट मंडे यस्टर्ड?
काल सोमवार होता का?

597. what is your school timing?
व्हॉट इज यूवर स्कूल टाइमिंग?
तुझ्या / तुमच्या शाळेची वेळ काय?

598. when does your school-bus come?
व्हेन डझ यूवर स्कूल बस कम?
तुझी / तुमची शाळेची बस कधी येते?

599. Whose car is this?
हूझ कार इज धीस?
ही कोणाची गाडी आहे?

600. When will you do your home-work?
व्हेन वील यू डू यूवर होम-वर्क?
तू तुझा गृहपाठ कधी करणार आहेस? / तुम्ही तुमचा गृहपाठ कधी करणार आहात?

601. Have you done your work?
हॅव यू डन यूवर वर्क?
तू तुझं काम केलंस का? / तुम्ही तुमचं काम का केलंत का?

602. Have they called you?
हॅव दे कॉल्ड यू?
त्यांनी तूला / तुम्हांला बोलावलं आहे का?

603. Has he sent you an E-mail?
हॅज् ही सेंट यू अॅन ई-मेल?
त्याने तूला / तुम्हांला ई-मेल केला आहे का?

604. Were they present?
वअर दे प्रेझेंट्?
ते उपस्थित होते का?

605. When is the meeting?
व्हेन इज द मीटिंग?
मिटींग कधी आहे?

606. Is it raining?
इज इट रेनिंग?
पाऊस पडत आहे का?

607. when is the match?
व्हेन इज द मॅच?
मॅच कधी आहे?

608. What is their plan?
व्हॉट इज देअर प्लान?
त्यांचा काय बेत आहे?

609. How much sugar do you want?
हाऊ मच शूगर डू यू वॉन्ट?
तुला / तुम्हाला किती साखर हवी आहे?

610. How many balloons should I buy?
हाऊ मेनी बलून्स् शूड आय बाय?
मी किती फुगे विकत घेऊ?

611. whose is this book?
हुज इज धिस बुक?
हे पुस्तक कोणाचे आहे?

612. How was the movie?
हाऊ वॉज द मूव्ही?
चित्रपट कसा होता?

613. Whom are you meeting?
हूम आर यू मीटिंग?
तू / तुम्ही कोणाला भेटणार आहेस? / आहात?

614. Who is that man?
हू इज दॅट मॅन?
तो माणूस कोण आहे?

615. Which is your favorite colour?
वीच इज यूवर फेव्हरेट कलर?
तूझा / तुमचा आवडता रंग कोणता?

616. Do you like pizza?
डू यू लाइक पिझ्झा?
तूला / तुम्हांला पिझ्झा आवडतो का?

617. Who are you?
हू आर यू?
तू / तुम्ही कोण आहात?

618. Whom did you meet?
हूम डिड यू मीट?
तू / तुम्ही कोणाला भेटलात?

619. which dress does she like?
वीच ड्रेस डझ् शी लाइक?
तिला कोणता ड्रेस आवडतो?

620. Can she swim?
कॅन शी स्वीम?
ती पोहू शकते का?

621. When will you go?
व्हेन विल यू गो?
तू कधी जाशील?

622. Where was he?
व्हेअर वॉज ही?
तो कुठे होता?

623. Why is she crying?
व्हाय इज शी क्राईंग?
ती का रडत आहे?

624. when are we going?
व्हेन आर वी गोइंग?
आपण कधी जाणार आहोत?

625. What is your problem?
व्हॉट इज यूवर प्रॉब्लेम?
तुझी / तुमची समस्या काय आहे?

626. Are you learning English?
आर यू लर्निंग इंग्लिश?
तू इंग्लिश शिकत आहेस का? / तुम्ही इंग्लिश शिकत आहात का?

627. Is it Cold?
इज् इट कोल्ड्?
हे थंड आहे का?

My Routine

माय रूटीन - माझा दिनक्रम

628. I wake up at 5 o'clock in the morning.
आय् वेक अप अॅट 5 ओ' क्लॉक इन द मॉर्निंग.
मी पहाटे पाच वाजता जागी होते / जागा होतो.

629. I get up at 6 a.m. every day.
आय गेट अप अॅट 6 ए. एम् एव्हरीडे.
मी रोज सकाळी 6 वाजता उठते / उठतो.

630. I brush my teeth.
आय् ब्रश माय टीथ.
मी माझे दात घासते / घासतो.

631. I make tea / coffee.
आय मेक टी / कॉफी.
मी चहा / कॉफी बनवते / बनवतो.

632. I take green tea.
आय टेक ग्रीन टी.
मी ग्रीन टी घेते / घेतो.

633. I go for a morning walk.
आय् गो फॉर अ मॉर्निंग वॉक.
मी सकाळी चालायला जाते / जातो.

634. I do exercise for half an hour.
आय डू एक्सरसाईज फॉर हाफ ॲन अवर.
मी अर्धा तास व्यायाम करते / करतो.

635. I study for two hours.
आय स्टडी फॉर टू अवर्स.
मी दोन तास अभ्यास करते / करतो.

636. I wake up my daughter.
आय वेक अप माय डॉटर
मी माझ्या मुलीला उठवते / उठवतो.

637. I make my son ready for school.
आय् मेक माय सन रेडी फॉर स्कूल.
मी माझ्या मुलाला शाळेसाठी तयार करते / करतो.

638. I take a bath.
आय टेक अ बाथ.
मी आंघोळ करते / करतो.

639. I do Pooja.
आय् डू पूजा
मी पूजा करते / करतो.

640. I worship God.
आय व्हर्शिप गॉड.
मी देवाची पूजा करते / करतो.

641. I prepare breakfast.
आय् प्रिपेअर ब्रेकफस्ट.
मी न्याहरी बनवते / बनवतो.

642. I take breakfast with my family.
आय् टेक ब्रेकफस्ट वीथ माय फॅमिली.
मी माझ्या कुटुंबाबरोबर न्याहरी करते / करतो.

643. My wife prepares breakfast.
माय वाईफ प्रिपेअर्स ब्रेकफस्ट.
माझी बायको न्याहरी बनवते.

644. I get ready for my office.
आय् गेट रेडी फॉर माय ऑफिस.
मी माझ्या ऑफिससाठी तयार होते / होतो.

645. I read newspaper for some time.
आय रीड न्यूजपेपर फॉर सम टाइम.
मी थोडा वेळ वर्तमानपत्र वाचते / वाचतो.

646. I drop my children in school.
आय ड्रॉप माय चिल्ड्रन इन स्कूल.
मी माझ्या मुलांना शाळेत सोडते / सोडतो.

647. I leave at 10 am. for college.
आय लीव अॅट 10 ए. एम्. फॉर कॉलेज.
मी कॉलेजसाठी सकाळी 10 वाजता निघते / निघतो.

648. I go to school at 11 am on foot.
आय गो टू स्कूल अॅट 11 ए. एम् ऑन फूट.
मी सकाळी 11 वाजता चालत शाळेत जाते / जातो.

649. I do household chores in the morning.
आय डू हाऊसहोल्ड् चोअर्स इन द मॉर्निंग.
मी सकाळी घरातली कामे आटपते / आटपतो.

650. I take tuitions from 11 am to 1 p.m.
आय टेक ट्यूशून्स् फ्रॉम 11 ए. एम टू 1 पी. एम्.
मी सकाळी 11 ते दुपारी 1 वाजेपर्यंत शिकवण्या घेते / घेतो.

651. I prepare lunch for my Family.
आय् प्रिपेअर लंच फॉर माय फॅमिली.
मी माझ्या कुटुंबासाठी दुपारचं जेवण तयार करते / करतो.

652. We take lunch together at 1 p.m.
वी टेक लंच टूगेदर अॅट 1 पी. एम्.
आम्ही दुपारी 1 वाजता एकत्र जेवतो.

653. I have lunch-break at 1.30 p.m.
आय हॅव लंच - ब्रेक अॅट 1.30 पी. एम्.
दुपारी 1.30 वाजता मला जेवणाची सुट्टी असते.

654. I take lunch with my colleagues.
आय् टेक लंच वीथ माय कलिगस्.
मी माझ्या सहकाऱ्यांबरोबर दुपारी जेवण घेते / घेतो.

655. I take a nap after lunch.
आय् टेक अ नॅप् आफ्टर लंच.
मी जेवणानंतर थोडीशी झोप घेते / घेतो.

656. I study in the afternoon.
आय् स्टडी इन द आफ्टरनून.
मी दुपारी अभ्यास करते / करतो.

657. I go back to work at 2.30 p.m.
आय गो बॅक टू वर्क अॅट 2:30 पी. एम.
मी अडीज वाजता परत कामाला सुरुवात करते / करतो.

658. I come back home from college in the afternoon.
आय कम बॅक होम फ्रॉम कॉलेज इन द आफ्टरनून
दुपारी मी कॉलेजमधून घरी येते / येतो.

659. I make tea for myself at 4 o'clock.
आय् मेक टी फॉर मायसेल्फ अॅट फोर ओ ' क्लॉक
मी चार वाजता माझ्यासाठी चहा करते / करतो.

660. I take tea and snacks with my colleagues.
आय टेक टी अॅन्ड स्नॅक्स् वीथ माय कलिगस्.
मी माझ्या सहकाऱ्यांबरोबर चहा आणि खाणं घेते / घेतो.

661. My children come home from school at 4 pm.
माय चिल्ड्रन कम होम फ्रॉम स्कूल अॅट् फोर पी. एम्.
माझी मुलं चार वाजता शाळेतून घरी येतात.

662. I take my son's studies in the evening.
आय टेक माय सन्स् स्टडीज् इन द इव्हिनिंग.
मी संध्याकाळी माझ्या मुलाचा अभ्यास घेते / घेतो.

663. I go for walk in the evening with my friends.
आय् गो फॉर अ वॉक इन द इव्हिनिंग वीथ माय फ्रेंड्स्.
मी माझ्या मित्र-मैत्रिणींबरोबर संध्याकाळी फिरायला जाते / जातो.

664. I watch TV in the evening.
आय् वॉच टीव्ही इन द इव्हिनिंग.
मी संध्याकाळी टीव्ही बघते / बघतो.

665. I go to the market and buy vegetables.
आय् गो टू द मार्केट अॅन्ड बाय व्हेजिटेबल्स्.
मी बाजारात जाते / जातो आणि भाजी विकत घेते / घेतो.

666. I play badminton from 6 to 7 pm.
आय प्ले बॅडमिंटन फ्रॉम 6 टू 7 पी. एम्.
मी संध्याकाळी 6 ते 7 बॅडमिंटन खेळते / खेळतो.

667. I cook dinner for my family.
आय् कूक डिनर फॉर माय फॅमिली.
मी माझ्या कुटुंबासाठी रात्रीचं जेवण बनवते / बनवतो.

668. We take dinner together.
वी टेक डिनर टूगेदर.
आम्ही रात्री एकत्र जेवतो.

669. We chitchat over dinner-table.
वी चिटचॅट ओव्हर डिनर टेबल.
आम्ही रात्री जेवताना गप्पा-गोष्टी करतो.

670. I watch news on TV at night.
आय् वॉच न्यूज ऑन टीव्ही अॅट नाइट.
मी रात्री टीव्ही वर बातम्या बघते / बघतो.

671. I read a few pages of a novel for some time.
आय् रीड अ फ्यू पेजेस् ऑफ अ नॉव्हेल फॉर सम टाइम.
मी कादंबरीची काही पाने थोडा वेळ वाचते / वाचतो.

672. I walk a few steps after dinner.
आय् वॉक अ फ्यू स्टेप्स् ऑफ्टर डिनर.
जेवणानंतर मी शतपावली घालते / घालतो.

673. I write in my diary at night everyday.
आय् राइट इन माय डायरी अॅट नाइट एव्हरीडे.
मी रोज रात्री माझी डायरी लिहिते / लिहीतो.

674. I watch an English movie every night.
आय् वॉच अॅन इंग्लिश मुव्ही एव्हरी नाइट.
मी रोज रात्री एक इंग्लिश चित्रपट पहाते / पहातो.

675. I pray to god.
आय् प्रे टू गॉड.
मी देवाची प्रार्थना करते / करतो.

676. I say 'good night' to everyone.
आय् से «गुडनाइट» टू एव्हरीवन.
मी प्रत्येकाला «गुडनाइट» म्हणते / म्हणतो.

677. I go to bed and sleep peacefully.
आय् गो टू बेड अॅन्ड स्लीप पीसफूली.
मी झोपायला जाते / जातो आणि शांत झोपते / झोपतो.

Myself

मायसेल्फ - मी स्वतः

678. Let me introduce myself.
लेट मी इन्ट्रोड्यूस मायसेल्फ.
मी माझी ओळख करून देते / देतो.

679. I am Vinaya.
आय ॲम विनया.
मी विनया आहे.

680. My name is Vinaya.
माय नेम इज विनया.
माझं नाव विनया आहे.

681. My full name is-----
माय फूल नेम इज------
माझं पूर्ण नाव आहे------

682. My surname is --------
माय सरनेम इज --------
माझं आडनाव --------- आहे.

683. I am an Indian.
आय ॲम ॲन इंडियन.
मी भारतीय आहे.

684. I love India.
आय लव इंडिया.
मी भारतावर प्रेम करते / करतो.

685. I am a citizen of India.
आय ॲम अ सीटीझन ऑफ इंडिया.
मी भारताची / भारताचा नागरिक आहे.

686. India is my country.
इंडिया इ़ज माय कंन्ट्री.
भारत माझा देश आहे.

687. I am a student.
आय् ॲम अ स्टुडन्ट.
मी विद्यार्थी / विद्यार्थिनी आहे.

688. I am married.
आय् ॲम मॅरिड.
माझं लग्न झालेलं आहे.

689. I am unmarried.
आय् ॲम अनमॅरिड.
माझं लग्न झालेलं नाही.

690. I am ------- years old.
आय् ॲम ------- इयर्स ओल्ड.
मी ----------- वर्षांची / वर्षांचा आहे.

691. My age is --------- years.
माय एज् इज --------- इयर्स.
माझं वय --------- वर्षे आहे.

692. I stay in Mumbai.
आय् स्टे इन मुंबई.
मी मुंबईत रहाते / रहातो.

693. I live in a village.
आय् लिव इन अ व्हिलेज.
मी गावात रहाते / रहातो.

694. Ours is a small family.
अवर्स इज अ स्मॉल फॅमिली.
आमचं छोटं कुटुंब आहे.

695. My Father is an engineer.
माय् फादर इज अॅन इंजिनियर.
माझे वडिल इंजिनियर आहेत.

696. My mother is house-wife.
माय मदर इज हाऊस - वाईफ.
माझी आई गृहिणी आहे.

697. I have two brothers.
आय् हॅव टू ब्रदर्स.
मला दोन भाऊ आहेत.

698. I like to play.
आय् लाइक टू प्ले.
मला खेळायला आवडते.

699. My Family is a joint family.
माय फॅमिली इज अ जॉइंट फॅमिली.
माझ कुटुंब एकत्र कुटुंब आहे.

700. There are six members in my family.
देअर आर सिक्स मेंबर्स इन माय फॅमिली.
माझ्या कुटुंबात सहा सदस्य आहेत.

701. They are - me, my husband, my children and in-laws.
दे आर् - मी, माय हस्बंड, माय चिल्ड्रन अॅन्ड इन- लॉज्.
ते असे - मी, माझा नवरा, माझी मुलं - आणि सासू-सासरे.

702. I have a happy family.
आय हॅव अ हॅपी फॅमिली.
माझं कुटुंब आनंदी आहे.

703. I am a working woman.
आय् अॅम अ वर्किंग वूमन.
मी काम करणारी स्त्री आहे.

704. I work in a factory.
आय् वर्क इन अ फॅक्टरी.
मी एका फॅक्टरीत काम करते.

705. I have a job from ten to Six.
आय् हॅव अ जॉब फ्रॉम् टेन टू सिक्स.
मला दहा ते सहा नोकरी आहे.

706. I am a nurse.
आय् अॅम अ नर्स.
मी नर्स आहे.

707. My husband is a businessman.
माय हस्बंड इज अ बिझीनेसमन.
माझा नवरा एक व्यावसायिक आहे.

708. I earn good money.
आय् अर्न गुड मनी.
मी भरपूर पैसे कमावते / कमावतो.

709. I am a graduate.
आय् ॲम अ ग्रॅज्यूएट.
मी ग्रॅज्यूएट आहे.

710. I am doing MBA
आय् ॲम डुईंग एम्. बी. ए.
मी एम्. बी. ए. करते आहे / करतो आहे.

711. I go to office by bus.
आय गो टू ऑफिस बाय बस.
मी बसने ऑफिसला जाते / जातो.

712. I like to drive my car.
आय् लाइक टू ड्राइव माय कार.
मला माझी गाडी चालवायला आवडते.

713. I love to travel.
आय् लव टू ट्रॅव्हल.
मला प्रवास करायला आवडतो.

714. I have a pet dog.
आय् हॅव अ पेट डॉग.
माझ्याकडे एक पाळीव कुत्रा आहे.

715. Shopping is my hobby.
शॉपिंग इज माय हॉबी.
खरेदी हा माझा छंद आहे.

716. I like spicy food.
आय् लाइक् स्पाइसी फूड.
मला मसालेदार अन्न आवडते.

717. I avoid fast food.
आय् अव्हॉईड फास्ट फूड.
मी फास्ट फूड टाळते / टाळतो.

718. My Favorite dish is Pav-bhaji.
माय फेवरेट डिश इज पाव-भाजी.
पाव-भाजी हा माझा आवडता पदार्थ आहे.

719. I believe in God.
आय् बिलिव इन गॉड.
मी देवावर विश्वास ठेवते / ठेवतो.

720. I like the Festival of Diwali very much.
आय् लाइक द फेस्टिवल ऑफ दिवाली व्हेरी मच.
मला दिवाळी हा सण खूप आवडतो.

721. I live in a chawl.
आय् लीव इन अ चॉल.
मी चाळीत रहाते / रहातो.

722. I have a bungalow.
आय् हॅव अ बंगलो.
माझ्याकडे एक बंगला आहे.

723. My mother tongue is Marathi.
माय मदर टंग् इज मराठी.
मराठी ही माझी मातृभाषा आहे.

724. I can speak in Hindi and French also.
आय् कॅन स्पीक इन हिंदी अ‍ॅन्ड फ्रेंच ऑलसो.
मी हिंदी आणि फ्रेंच मध्ये सुध्दा बोलू शकते / शकतो.

725. I have many friends.
आय् हॅव मेनी फ्रेंड्स्.
मला भरपूर मित्र-मैत्रिणी आहेत.

726. People love and respect me.
पीपल लव अ‍ॅन्ड रिस्पेक्ट मी.
लोकं माझ्यावर प्रेम करतात आणि आदर करतात.

727. I am proud of myself.
आय् अ‍ॅम प्राऊड ऑफ मायसेल्फ.
मला माझा अभिमान वाटतो.

Other Sentence Constructions

अदर सेंटन्स कन्स्ट्रक्शन

वाक्यांच्या इतर रचना

728. I go to park.
आय् गो टू पार्क.
मी बागेत जाते / जातो.

729. I like ice-cream.
आय् लाइक आईसक्रिम.
मला आईसक्रिम आवडते.

730. This is her pen.
धिस् इज् हर् पेन.
हे तिचं पेन आहे.

731. She is my sister.
शी इज् माय सिस्टर.
ती माझी बहिण आहे.

732. I had a pet dog.
आय् हॅड अ पेट डॉग.
माझ्याकडे एक पाळीव कुत्रा होता.

733. He is a good boy.
ही इज् अ गूड बॉय.
तो चांगला मुलगा आहे.

734. She is married.
शी इज् मॅरिड्.
तिचं लग्न झालेलं आहे.

735. My father was a doctor.
माय फादर वॉज अ डॉक्टर.
माझे वडिल डॉक्टर होते.

736. My mother is a doctor.
माय मदर इज् अ डॉक्टर.
माझी आई डॉक्टर आहे.

737. The spoon is dirty.
द स्पून इज् डर्टी.
चमचा खराब आहे.

738. Ramesh has two brothers.
रमेश हॅज टू ब्रदर्स.
रमेशला दोन भाऊ आहेत.

739. He is tall.
ही इज् टॉल.
तो उंच आहे.

740. It is very hot.
इट इज् व्हेरी हॉट.
हे खूप गरम आहे.

741. I am driving a car.
आय ॲम ड्रायव्हिंग अ कार.
मी गाडी चालवत आहे.

742. My grandmother is old.
माय ग्रँडमदर इज् ओल्ड.
माझी आजी म्हातारी आहे.

743. I am 17 years old.
आय ॲम सेव्हन्टीन इयर्स ओल्ड.
मी सतरा वर्षाची / वर्षाचा आहे.

744. There is a tree.
देअर इज अ ट्री.
तिथे एक झाड आहे.

745. We saw a beautiful bird.
वी सॉ अ ब्युटिफूल बर्ड.
आम्ही एक सुंदर पक्षी बघितला.

746. The woman was standing there.
द वूमन वॉज स्टँडिंग देअर.
स्त्री तिथे उभी होती.

747. My watch is lost.
माय वॉच इज लॉस्ट.
माझं घड्याळ हरवलं आहे.

748. It is very hot today.
इट इज् व्हेरी हॉट टूडे.
आज खूप गरम होत आहे.

749. It was imaginary.
इट वॉज इमॅजिनरी.
ते काल्पनिक होतं.

750. Radha had been cooking for a long time.
राधा हॅड बीन कुकिंग फॉर अ लाँग टाईम.
राधा बराच वेळ स्वयंपाक बनवत होती.

751. Yesterday was Sunday.
यर्स्टडे वॉज संडे.
काल रविवार होता.

752. Tomorrow is Tuesday.
टूमॉरो इज् ट्यूस्डे.
उद्या मंगळवार आहे.

753. The dog is barking.
द डॉग इज् बार्किंग.
कुत्रा भूंकत आहे.

754. The wind is blowing.
द विंड इज ब्लोइंग.
वारा वाहतो आहे.

755. The food is served.
द फूड इज् सर्व्हड्.
जेवण वाढलं आहे.

756. He is my neighbour.
ही इज् माय नेबर.
तो माझा शेजारी आहे.

757. You are late.
यू आर लेट.
तूला उशिर झाला.

758. It rained heavily yesterday.
इट रेन्ड हेविली यर्स्टडे.
काल जोरात पाऊस पडला.

759. Ritu is upset.
रीतू इज् अपसेट.
रीतू अस्वस्थ आहे.

760. This City is Clean.
धिस् सिटी इज क्लिन्.
हे शहर स्वच्छ आहे.

761. There is a building.
देअर इज अ बिल्डींग.
तिथे एक बिल्डींग (इमारत) आहे.

762. He rides a bicycle.
ही राइड्स् अ बायसिकल.
तो सायकल चालवतो.

763. I saw him.
आय् सॉ हिम्.
मी त्याला पाहिलं.

764. I always wear a saree.
आय् ऑलवेज् वेअर् अ सारी.
मी नेहमी साडी नेसते.

765. Meera has completed her graduation.
मीरा हॅज् कम्प्लीटेड हर ग्रॅज्युएशन.
मीराने तिचं ग्रॅज्युएशन (15वी) पूर्ण केलेलं आहे.

766. I want my own house.
आय् वॉन्ट माय ओन हाऊस.
मला माझं स्वतःचं घर हवं आहे.

767. Sahil is my real brother.
साहिल इज् माय रिअल ब्रदर.
साहिल माझा सख्खा भाऊ आहे.

768. Yesterday, I watched that movie.
यस्टर्डे, आय् वॉचड् दॅट मुव्ही.
काल मी तो पिक्चर पाहिला.

769. He is still not well.
ही इज स्टील नॉट वेल.
तो अजूनही बरा नाहीये.

770. I am feeling tired today.
आय ॲम फिलिंग टायर्ड टूडे.
मला आज दमल्यासारखं वाटतं आहे.

771. Dinner is ready.
डिनर इज रेडी.
जेवण (रात्रीचं) तयार आहे.

772. Mangesh prefers coffee.
मंगेश प्रेफर्स कॉफी.
मंगेशला कॉफी जास्त आवडते.

773. You may fall down.
यू मे फॉल डाऊन.
तु पडू शकतेस / शकतोस.

774. My husband gets angry very easily.
माय हस्बंड गेट्स् अॅन्ग्री व्हेरी इझिली.
माझे पती पटकन रागावतात / माझा पती पटकन रागवतो.

775. I just made it.
आय् जस्ट मेड इट.
मी आत्ताच बनवलं ते.

776. I have done M.Com.
आय हॅव डन एम-कॉम.
मी एम्-कॉम् केलं आहे.

777. He, too, is handsome.
ही, टू, इज हॅन्डसम.
तो सुद्धा देखणा आहे.

778. This is mine.
धिस् इज माइन.
हे माझं आहे.

779. I have done a mistake.
आय् हॅव डन अ मिस्टेक.
मी चूक केलेली आहे.

780. Your were there in the party.
यू वेअर देअर इन द पार्टी.
तू पार्टीत होतास / होतीस.

781. You draw pictures.
यू ड्रॉ पिक्चरर्स.
तुम्ही चित्रं काढता / तू चित्र काढतेस / काढतोस.

782. I live in this house for 20 years.
आय् लिव्ह इन धीस् हाऊस फॉर ट्वेन्टी इयर्स.
मी या घरात वीस वर्षे रहाते / राहतो.

783. I am watching a live cricket match on TV.
आय अॅम वॉचिंग अ लाइव्ह क्रिकेट मॅच ऑन टी.व्ही.
मी टिव्हीवर चालू क्रिकेट मॅच पहात आहे.

784. My husband has taken 4 days leave from the office.
माय हस्बंड हॅज टेकन फोर डेज् लिव् फ्रॉम द ऑफिस.
माझ्या नवऱ्याने ऑफिसमधून चार दिवसांची रजा घेतलेली आहे.

785. Sunita practised a lot for her show.
सुनीता प्रॅक्टिस्ड अ लॉट फॉर हर शो.
सुनिताने तिच्या कार्यक्रमासाठी खूप सराव केला.

786. Raj is a good football player.
राज इज् अ गुड फुटबॉल प्लेअर.
राज चांगला फुटबॉल खेळाडू आहे.

787. Neha is a brilliant student.
नेहा इज् अ ब्रिलिअंट स्टूडन्ट.
नेहा एक हुशार मुलगी आहे.

788. The jacket was made of leather.
द जॅकेट वॉज मेड ऑफ लेदर.
जॅकेट लेदरचे (चामड्याचे) बनवलेले होते.

789. Richa has planted beautiful plants.
रिचा हॅज प्लॅन्टेड ब्युटिफुल प्लान्टस्.
रिचाने सुंदर झाडे लावली आहेत.

790. Yesterday, we, friends met on a beach.
यस्टर्डे वी फ्रेन्डस् मेट ऑन अ बीच.
काल आम्ही मित्र - मैत्रिणी समुद्रावर भेटलो.

791. She soaked the dirty clothes in water.
शी सोक्ड् द डर्टी क्लोथ्स् इन वॉटर.
तिने खराब कपडे पाण्यात भिजवून ठेवले.

792. I was combing my hair when he came.
आय् वॉज कोम्बिंग माय हेअर व्हेन हि केम.
तो आला तेव्हा मी केस विंचरत होते.

793. My mother is an expert in cooking.
माय मदर इज अॅन एक्स्पर्ट इन कुकिंग.
स्वयंपाकात माझी आई उत्कृष्ट सुगरण आहे.

794. I am not sure about this.
आय् अॅम नॉट शुअर अबाऊट धिस्.
मला याबद्दल खात्री नाही.

795. He complained about the noise.
ही कम्प्लेंड अबाऊट द नॉइस्.
त्याने गोंगाटाबद्दल तक्रार केली.

796. I am used to the traffic on road.
आय् ॲम् युज्ड् टू द ट्रॅफिक ऑन रोड.
रस्त्यावरच्या ट्रॅफिकची मला सवय आहे.

797. There is a meeting in the office today.
देअर इज अ मीटिंग इन द ऑफिस टुडे.
आज ऑफिसमध्ये मीटिंग आहे.

798. That is all right.
दॅट इज ऑल राइट.
सर्व काही ठीक आहे.

799. It is my duty.
इट इज माय ड्यूटी.
हे माझं कर्तव्य आहे.

800. I am late.
आय् ॲम लेट.
मला उशिर झाला.

801. I am busy.
आय् ॲम बिझी.
मी कामात आहे.

802. He needs some help.
ही नीडस् सम हेल्प.
त्याला मदतीची गरज आहे.

803. It is my fault.
इट इज माय फॉल्ट.
ही माझी चूक आहे.

804. It was all by mistake.
इट वॉज ऑल बाय मिस्टेक.
हे सर्व चुकून झाले.

805. He is thirsty.
ही इज थर्स्टी.
त्याला तहान लागली आहे.

806. I am bored.
आय् ॲम बोअर्ड.
मला कंटाळा आला आहे.

807. I am tired.
आय् ॲम टायर्ड.
मी दमले / दमलो आहे.

808. The coffee is ready.
द कॉफी इज रेडी.
कॉफी तयार आहे.

809. I misunderstood you.
आय् मिसअंडरस्टुड यू.
मी तुला चुकीचं समजले / समजलो.

810. I have got an idea.
आय् हॅव गॉट अॅन आयडिया.
मला एक कल्पना सुचली आहे.

811. He is okay
ही इज ओके.
तो ठीक आहे

812. She has a good news.
शी हॅज अ गुड न्युज्.
तिच्याकडे एक चांगली बातमी आहे.

813. The news is true.
द न्यूज इज ट्रू.
बातमी खरी आहे.

814. She is my friend.
शी इज् माय फ्रेंड.
ती माझी मैत्रिण आहे.

815. That is your car.
दॅट इज यूवर कार.
ती तुझी गाडी आहे.

816. I will talk to you.
आय विल टॉक टू यू.
मी तुझ्याशी बोलेन.

817. We care for you.
वी केअर फॉर यू.
आम्ही तुझी काळजी करतो.

818. I feel better now.
आय फील बेटर नाऊ.
आत्ता मला चांगलं वाटतंय.

819. Everyone enjoyed a lot.
एव्हरिवन एन्जॉइड् अ लॉट.
प्रत्येकाने खूप मजा केली.

820. I was thinking about it.
आय् वॉज् थिंकिंग अबाऊट इट.
मी याचा विचार करत होतो / होते.

821. I am learning English.
आय ॲम लर्निंग इंग्लिश.
मी इंग्लिश शिकत आहे.

822. Meenal does her work honestly.
मीनल डझ् हर वर्क ऑनेस्टली.
मीनल तिचं काम प्रमाणिकपणे करते.

823. They had finished homework.
दे हॅड फिनिश्ड् होमवर्क.
त्यांनी गृहपाठ संपवला.

824. We have heard a strange story.
वी हॅव हर्ड अ स्ट्रेन्ज् स्टोरी.
आम्ही एक विचित्र गोष्ट ऐकली आहे.

825. She picked up the phone.
शी पिक्ड् अप द फोन.
तिने फोन उचलला.

826. It happens sometimes.
इट हॅपन्स् समटाईम्स्.
असं होतं कधीकधी.

827. We are in a hurry.
वी आर इन अ हरी.
आम्ही घाईत आहोत.

828. Which month is it?
वीच मन्थ् इज इट?
हा कोणता महिना आहे?

829. It is December.
इट इज डिसेंबर.
हा डिसेंबर आहे.

830. This month is May.
धीस मन्थ् इज मे.
हा मे महिना आहे.

831. Summer vacation is in May.
समर व्हेकेशन इज इन मे.
मे महिन्यात उन्हाळ्याची सुट्टी आहे.

832. Excuse me, tell me the time, please.
एक्सक्यूज मी, टेल मी द टाईम, प्लीज.
कृपया मला वेळ सांगा.

833. It's three o'clock.
इट्स थ्री ओ 'क्लॉक.
तीन वाजले आहेत.

834. It is 5-30 pm (five-thirty).
इट इज 5.30 पीएम. (फाय थर्टी)
संध्याकाळचे 5.30 वाजले आहेत.

835. It is half past six.
इट इज हाफ पास्ट सिक्स.
साडेसहा वाजले आहेत.

836. It is quarter to two.
इट इज क्वार्टर टू टू
पावणेदोन वाजले आहेत.

837. Your watch is slow.
यूवर वॉच इज स्लो.
तुझं घड्याळ मागे आहे.

838. Just a few minutes.
जस्ट अ फ्यू मिनटस्.
फक्त काही मिनिटे.

839. Shall we start at eight?
शॅल वी स्टार्ट अॅट अेट?
आपण आठला निघूया का?

840. Eight is too early.
अेट इज टू अर्ली.
आठ खूपच लवकर होतय.

841. Eight thirty would be better.
अेट थर्टी वूड बी बेटर.
साडेआठ जास्त योग्य होईल.

842. We will get ready.
वी विल गेट रेडी.
आपण / आम्ही तयार होऊ.

843. I checked my watch.
आय चेक्ड् माय वॉच.
मी माझं घड्याळ बघितल.

844. It was past midnight.
इट वॉज पास्ट मिडनाईट.
मध्यरात्र उलटून गेली होती.

845. His watch is out of order.
हिज वॉच इज आऊट ऑफ ऑर्डर.
त्याचं घड्याळ बिघडलं आहे.

846. It was only two-thirty am.
इट वॉज ओन्ली टू-थर्टी ए एम.
फक्त पहाटेचे अडीज वाजले होते.

847. We have dinner at nine pm.
वी हॅव डिनर अॅट नाइन पी एम.
आम्ही जेवण रात्री नऊ वाजता घेतो.

848. There are still twenty minutes.
देअर आर स्टील ट्वेन्टी मिनट्स्.
अजूनही वीस मिनिट आहेत.

849. It is quarter past seven.
इट इज क्वार्टर पास्ट सेव्हन.
सव्वा सात वाजले आहेत.

850. It is ten minutes to four.
इट इज टेन मिनटस् टु फोर.
चार वाजायला दहा मिनीटे आहेत.

851. What is the time by your watch?
व्हॉट इज द टाईम बाय यूवर वॉच?
तुझ्या घड्याळयात किती वाजले आहेत?

852. The clock is ticking.
द क्लॉक इज टिकिंग.
घड्याळ टिकटिक करतंय.

853. It is my alarm clock.
इट इज माय अलार्म क्लॉक.
हे माझं गजराचं घड्याळ आहे.

854. The alarm is set at 6 in the morning.
द अलार्म इज सेट अॅट सिक्स इन द मॉर्निंग.
गजर पहाटे सहाचा लावलेला आहे.

855. I sleep at eleven at night.
आय स्लीप अॅट इलेव्हन अॅट नाईट.
मी रात्री अकरा वाजता झोपतो / झोपते.

856. I eat at three in the afternoon.
आय इट अॅट थ्री इन द आफ्टरनून.
मी दुपारी तीन वाजता खातो / खाते.

857. She goes for a walk at five in the evening.
शी गोज फॉर अ वॉक ॲट फाइव्ह इन द इव्हिनिंग.
ती संध्याकाळी पाच वाजता चालायला जाते.

858. Don't idle away your time.
डोन्ट आयडल अवे यूवर टाइम.
तुझा / तुमचा वेळ फुकट घालवू नको / नका.

859. How time flies!
हाऊ टाइम फ्लाइज्!
वेळ कसा उडून जातो!

860. Monsoon has set in now.
मॉन्सून हॅज सेट इन नाऊ.
आता पावसाळा सुरू झाला आहे.

861. Yesterday, we had torrential rain.
यस्टरडे, वी हॅड टॉरेन्शिअल रेन.
काल आम्हांला मुसळधार पाऊस लागला.

862. When does your school meet?
व्हेन डझ यूवर स्कूल मीट?
तूझी / तुमची शाळा कधी भरते?

863. Our school meets at eleven o'clock.
अवर स्कूल मीट्स ॲट इलेव्हन ओ'क्लॉक.
आमची शाळा अकरा वाजचा भरते.

864. Our school is over at five in the evening.
अवर स्कूल इज ओव्हर ॲट फाइव्ह इन द इव्हिनिंग.
आमची शाळा संध्याकाळी पाच वाजता सुटते.

865. What's the date today?
व्हॉट्स द डेट टूडे?
आज तारीख काय आहे?

866. Today's date is 4th.
टूडेज् डेट इज फोर्थ्.
आजची तारीख 4 आहे.

867. It is 7th July.
इट इज सेव्हन्थ् जुलै.
आज सात जुलै आहे.

868. May I know your name, please?
मे आय नो यूवर नेम, प्लीज?
कृपया मला तुझं / तुमचं नाव कळेल का?

869. Let's have some tea.
लेट्स् हॅव सम टी.
थोडा चहा घेऊया आपण.

870. May I come in?
मे आय कम इन?
मी आत येऊ का?

871. May I go?
मे आय गो?
मी जाऊ का?

872. Let me sing.
लेट मी सिंग.
मला गाऊ दे.

873. Let it play.
लेट इट प्ले.
त्याला खेळू दे.

874. Let him sleep.
लेट हिम स्लीप.
त्याला झोपू दे.

875. Let her paint.
लेट हर पेंट.
तिला रंगवू दे.

876. Let them work.
लेट देम वर्क.
त्यांना काम करू दे.

877. I may go tomorrow
आय मे गो टूमॉरो.
मी उदया कदाचित जाईन.

878. It may rain today.
इट मे रेन टूडे.
आज पाऊस पडण्याची शक्यता आहे.

879. I will dance perhaps.
आय विल डान्स् परहॅप्स्.
मी कदाचित नृत्य करेन.

880. I am going to sing.
आय ॲम गोइंग टू सिंग.
मी गाणार आहे.

881. He is going to work.
ही इज गोइंग टू वर्क.
तो काम करणार आहे.

882. She is going to go to Pune.
शी इज गोइंग टू गो टू पूणे.
ती पुण्याला जाणार आहे.

883. we are going to be doctors.
वी आर गोइंग टू बी डॉक्टर्स.
आम्ही डॉक्टर असणार आहोत.

884. They are going to travel.
दे आर गोईंग टू ट्रव्हल.
ते प्रवास करणार आहेत.

885. She used to go there.
शी यूज्ड् टू गो देअर.
ती तेथे जात असे.

886. My mother used to do yoga.
माय मदर युज्ड् टू डू योगा.
माझी आई योगा करत असे.

887. I used to work in school.
आय् युज्ड् टू वर्क इन स्कूल.
मी शाळेत काम करत असे.

888. I am used to humid weather.
आय ॲम युज्ड् टू ह्यूमीड वेदर.
मला दमट हवामानाची सवय आहे.

889. There used to be a house.
देअर युज्ड टू बी अ हाऊस.
तेथे एक घर होते.

890. She can do that.
शी कॅन डू दॅट.
ती हे करू शकते.

891. He can work hard.
ही कॅन वर्क हार्ड.
तो मेहनतीने काम करू शकतो.

892. Can I talk?
कॅन आय टॉक?
मी बोलू शकते का?

893. I should have done this.
आय् शूड हॅव डन धीस.
मी हे करायला हवं होतं.

894. He should have told the truth.
ही शूड हॅव टोल्ड् द ट्रूथ.
त्याने सत्य सांगायला हवं होते.

895. I could have got first class.
आय कूड हॅव गॉट फर्स्ट क्लास.
मला पहिली श्रेणी मिळू शकली असती.

896. He needs me.
ही निड्स मी.
त्याला माझी गरज आहे.

897. We ought to keep quiet.
वी ऑट टू किप क्वाएट.
आपण शांतता पाळायला हवी.

898. You should speak politely.
यू शूड स्पीक पोलाइटली.
तू / तुम्ही नम्रपणे बोलायला हवं.

899. I must go now.
आय मस्ट गो नाऊ.
मला आता जायलाच हवं.

School - Teacher - And Students

स्कूल - टीचर - ॲन्ड स्टूडन्स्.

शाळा - शिक्षक / शिक्षिका आणि विद्यार्थी / विद्यार्थिनी.

---

900. Gather together in the hall for prayer.
गॅदर टुगेदर इन द हॉल फॉर प्रेअर.
हॉलमधे प्रार्थनेसाठी एकत्र जमा.

901. Stand in a queue.
स्टँड इन अ क्यू.
रांगेत उभे रहा.

902. Don't shout.
डोन्ट शाऊट.
ओरडू नको / नका.

903. keep quiet.
कीप क्वाएट.
शांत बस / बसा.

904. sit properly.
सीट प्रॉपर्ली
व्यवस्थित बस / बसा.

905. Don't move.
डोन्ट मूव्ह.
हलू नको / नका.

906. Hands up.
हॅन्ड्स् अप.
हात वर.

907. Hands down.
हॅन्ड्स डाऊन.
हात खाली.

908. sit here.
सीट हिअर.
बस / बसा इथे.

909. write neatly.
राईट निटली.
व्यवस्थित लिही / लिहा.

910. Read slowly.
रीड स्लोली.
सावकाश वाच / वाचा.

911. Show me your hands and nails.
शो मी यूवर हॅन्ड्स् अॅन्ड नेल्स्.
मला तुझे / तुमचे हात आणि नखं दाखवं / दाखवा.

912. Give me your note book.
गीव मी यूवर नोटबुक.
मला तुझी वही दे.

913. open your books.
ओपन यूवर बुक्स्.
तुझी / तुमची पुस्तके उघड / उघडा.

914. Open page number 10.
ओपन पेज नंबर 10.
पान नंबर दहा उघड / उघडा.

915. Complete your homework.
कम्पलिट यूवर होमवर्क.
तुझा / तुमचा गृहपाठ पूर्ण कर / करा.

916. Tomorrow, come on time.
टूमॉरो, कम ऑन टाइम.
उदया वेळेवर ये / या.

917. Listen carefully.
लिसन केअरफूली.
लक्षपूर्वक ऐका.

918. All of you, stand up for the National Anthem.
ऑल ऑफ यू, स्टँड अप फॉर द नॅशनल अॅन्थम.
सगळयांनी राष्ट्रगीतासाठी उभे रहा.

919. Everyone of you, go in the assembly hall.
एव्हरिवन ऑफ यू, गो इन द असेंब्ली हॉल.
तुमच्या पैकी प्रत्येकाने सभागृहात जा.

920. Eat your tiffins in the recess.
इट यूवर टिफिन्स इन द रिसेस्.
तुमचे डबे मधल्या सुट्टीत खा.

921. This is library period.
धिस इज लायब्ररी पिरीयड.
हा लायब्ररीचा तास आहे.

922. Don't fight.
डोन्ट फाईट.
भांडू नका.

923. Why have you not completed your homework?
व्हाय हॅव यू नॉट कम्प्लिटेड यूवर होमवर्क?
तू / तुम्ही तुझा / तुमचा गृहपाठ का पूर्ण केला नाहीं?

924. I will check your journals tomorrow.
आय विल चेक यूवर जर्नल्स टूमॉरो.
मी तुमची प्रयोगवही / तुमच्या प्रयोगवह्या उद्या तपासेन.

925. Why don't you listen?
व्हाय डोन्ट यू लिसन?
तू / तुम्ही लक्ष का देत नाही?

926. Can't you write neatly?
कान्ट यू राईट निटली?
तूला / तुम्हांला व्यवस्थित लिहिता येत नाही का?

927. Now, the next period is of English.
नाऊ, द नेक्स्ट पिरीयड इज ऑफ इंग्लिश.
आता, पुढचा तास इंग्लिशचा आहे.

928. Take out your history books.
टेक आऊट यूवर हिस्टरी बुक्स्.
तुमची इतिहासाची पुस्तके बाहेर काढा.

929. You should talk to teachers with respect.
यू शूड टॉक टू टीचर्स विथ रिस्पेक्ट.
तू / तुम्ही शिक्षकांशी / शिक्षिकांशी आदराने बोलले पाहिजे.

930. who is that talking over there?
हू इज दॅट टॉकिंग ओव्हर देअर?
कोण बोलतंय तिकडे?

931. Go and meet Sangeeta ma'am in the staff-room.
गो अॅन्ड मीट संगीता मॅम इन द स्टाफ रूम.
स्टाफरूम (शिक्षकांच्या रूम) मध्ये जाऊन संगीता मॅमना भेट.

932. That is a bad habit.
दॅट इज अ बॅड हॅबिट.
ती वाईट सवय आहे.

933. Who has not completed the homework?
हू हॅज नॉट कम्प्लिटेड द होमवर्क?
गृहपाठ कोणी पूर्ण केला नाहीये?

934. Call your parents tomorrow in the school.
कॉल यूवर पेरेन्ट्स् टूमॉरो, इन द स्कूल.
उद्या तुझ्या / तुमच्या पालकांना शाळेत बोलावं / बोलवा.

935. Submit your composition notebooks on Monday.
सबमीट यूवर कॉम्पोझिशन नोटबुक्स् ऑन मंडे.
तुमची निबंधवही सोमवारी जमा करा.

936. Why don't you listen to me?
व्हाय डोन्ट यू लिसन टू मी?
तू / तुम्ही माझं का ऐकत नाही?

937. who is absent today?
हू इज अबसेंट टूडे?
आज कोण अनुपस्थित आहे?

938. why were you absent yesterday?
व्हाय वेअर यू अबसेंट यस्टर्डे?
तू / तुम्ही काल अनुपस्थित का होतास / होतात?

939. Where is your project?
व्हेअर इज यूवर प्रोजेक्ट?
तूझा / तुमचा प्रकल्प कुठे आहे?

940. I told you to bring your projects today.
आय् टोल्ड यू टू ब्रिंग यूवर प्रोजेक्टस् टूडे.
मी तुम्हांला तुमचे प्रकल्प आज आणायला सांगितले.

941. Is this clear to you all?
इज धीस क्लिअर टू यू ऑल?
तुम्हां सर्वांना हे स्पष्ट झालं आहे का?

942. Has everyone understood the poem?
हॅज एव्हरिवन अंडरस्टूड द पोएम?
प्रत्येकाला कविता समजली आहे का?

943. Our annual function is on 15th December.
अवर ॲन्यूअल फंक्शन इज ऑन 15th डिसंबर.
आपला वार्षिकोत्सव पंधरा डिसेंबरला आहे.

944. who wants to take part in the programme?
हू वॉन्ट्स् टू टेक पार्ट इन द प्रोग्रॅम?
कार्यक्रमात कोणाला भाग घ्यायचा आहे?

945. Give your names to Richa ma'am.
गीव यूवर नेम्स टू रिचा मॅम.
तुमची नावे रिचा मॅमना दया.

946. Haven't you seen the notice on the notice - board?
हॅव्न्ट् यू सीन द नोटीस ऑन द नोटीस बोर्ड?
सूचना फलकावर तू / तुम्ही सूचना पाहिली नाही का?

947. We will practise after the school is over.
वी विल प्रॅक्टीस आफ्टर द स्कूल इज ओव्हर.
आपण शाळा सुटल्यानंतर सराव करू.

948. All the best for your exam.
ऑल द बेस्ट फॉर यूवर एक्झॅम.
तुझ्या / तुमच्या परीक्षेसाठी शुभेच्छा.

949. Read the questions properly and then write down the answers.
रीड द क्वेश्चन्स् प्रॉपर्ली ॲन्ड देन राइट डाऊन द ऑन्सरस्.
प्रश्न व्यवस्थित वाचा / वाच आणि मग उत्तरे लिहा

Speak in English with your Children

स्पीक इन इंग्लिश वीथ यूवर चिल्ड्रन.

बोला तुमच्या मुलांशी इंग्लिशमधून.

950. Get up Beta, It's 7 o'clock.
गेट अप बेटा, इट्स सेव्हन ओ' क्लॉक
उठा बेटा, सात वाजले

951. Get up fast.
गेट अप फास्ट.
लवकर उठ

952. Hurry up.
हरी अप.
लवकर (आवर).

953. Get ready for school.
गेट रेडी फॉर स्कूल
शाळेसाठी तयार हो.

954. Come here.
कम हियर.
इकडे ये.

955. Go to the bathroom.
गो टू द बाथरूम.
बाथरूममध्ये जा.

956. Brush your teeth.
ब्रश यूवर टीथ.
तुझे दात घास.

957. Take this glass of milk and drink it.
टेक धीस ग्लास ऑफ मिल्क अॅन्ड ड्रिंक इट.
हा दूधाचा पेला घे आणि पी ते.

958. Eat Fast
इट फास्ट
लवकर खा

959. Take bath.
टेक बाथ.
आंघोळ कर.

960. Dry yourself with this towel.
ड्राय यूवरसेल्फ वीथ धिस टॉवेल.
या टॉवेलने अंग पुस.

961. Are you ready?
आर यू रेडी?
तू तयार आहेस का?

962. Come and have your breakfast.
कम अॅन्ड हॅव यूवर ब्रेकफस्ट.
ये आणि नाश्ता कर तुझा.

963. Today, I have made your favourite dish.
टूडे आय् हॅव मेड यूवर फेवरेट डिश.
आज मी तुझा आवडता पदार्थ केला आहे.

964. It's time to wear your uniform.
इट्स टाईम टू वेअर यूवर युनिफॉर्म.
तुझा गणवेश घालायची वेळ झाली आहे.

965. Tie your shoelaces.
टाय यूवर शूलेसेस्.
तुझ्या बूटांच्या लेस (नाडी) बांध.

966. Have you packed your school-bag?
हॅव यू पॅक्ड यूवर स्कूल- बॅग?
तू तुझं दप्तर भरलंस का?

967. Oh, your school-bag is so heavy.
ओ, यूवर स्कूल-बॅग इज सो हेवी.
बापरे, किती जड आहे तुझं दप्तर.

968. Your school bus has come.
यूवर स्कूल बस हॅज कम.
तुझ्या शाळेची बस आली आहे.

969. walk slowly, don't run.
वॉक स्लोली, डोन्ट रन.
हळू चाल, धावू नको.

970. Be a good boy / girl in the school.
बी अ गुड बॉय / गर्ल इन द स्कूल.
शाळेत चांगला मुलगा / मुलगी हो.

971. write down neatly in your notebooks.
राइट डाऊन नीटली इन यूवर नोटबुक्स.
तुझ्या वह्यांमध्ये नीटनेटकं लिही.

972. Have a good day.
हॅव अ गुड डे.
छान जाऊ दे दिवस.

973. How was the school?
हाऊ वॉज द स्कूल?
कशी झाली शाळा?

974. I missed you.
आय मिस्ड् यू.
तुझी आठवण आली मला.

975. Come on now.
कम ऑन नाऊ.
ये आता.

976. Let's take lunch together.
लेट्स टेक लंच टूगेदर.
आपण एकत्र जेवूया.

977. What happened today in school?
व्हॉट हॅपन्ड् टूडे इन स्कूल?
आज शाळेत काय झालं?

978. Have you finished tiffin?
हॅव यू फिनिश्ड टिफीन?
तू डबा संपवलास का?

979. See, what I have brought for you!
सी, व्हॉट आय हॅव ब्रॉट फॉर यू!
बघ, मी तुझ्यासाठी काय आणलंय!

980. Did you like mango ice-cream?
डिड यू लाइक मॅन्गो आईसक्रिम?
तूला आंबा आईसक्रिम आवडलं का?

981. Wash your hands and feet.
वॉश यूवर हॅन्ड्स् ॲन्ड फीट.
तुझे हातपाय धू (feet - पाऊले).

982. Have a nap.
हॅव अ नॅप.
डुलकी काढ

983. You seem tired to me.
यू सीम टायर्ड टू मी.
मला तू दमलेला वाटतो आहेस / दमलेली वाटते आहेस.

984. Are you hungry?
आर यू हन्ग्री?
तूला भूक लागली आहे का?

985. A small surprise for you.
अ स्मॉल सरप्राईज फॉर यू.
तुझ्यासाठी एक छोटसं आश्चर्य (आश्चर्याची गोष्ट).

986. Go and play now.
गो अॅन्ड प्ले नाऊ.
जा आणि खेळ आत्ता.

987. Your friends are waiting outside.
यूवर फ्रेन्ड्स आर वेटिंग आऊटसाईड.
तुझे मित्र-मैत्रिणी बाहेर वाट पहात आहेत.

988. Go on the ground.
गो ऑन द ग्राऊंड.
मैदानावर जा.

989. we will go in the park today
वी विल गो इन द पार्क टूडे.
आज आपण बागेत जाऊ.

990. where were you?
व्हेअर वअर यू?
कुठे होतास / होतीस तू? / कुठे होतात तुम्ही?

991. I love you so much.
आय् लव्ह यू सो मच.
मी तुझ्यावर खूप प्रेम करते / करतो.

992. Let's plan a picnic on Sunday.
लेट्स् प्लॅन अ पिकनिक ऑन संडे.
आपण रविवारी सहलीचा बेत करूया.

993. I was waiting for you.
आय वॉज वेटिंग फॉर यू.
मी तुझी / तुमची वाट पहात होते / होतो.

994. Sit for dinner.
सीट फॉर डिनर.
जेवायला बस.

995. keep your mobile away.
कीप यूवर मोबाईल अवे.
तुझा / तुमचा मोबाईल लांब ठेव / ठेवा.

996. Eat properly.
इट प्रॉपर्ली.
व्यवस्थित जेवा / जेव.

997. Let's go to bed
लेट्स गो टू बेड.
झोपायला जाऊया.

998. I will tell you a story.
आय वील टेल यू अ स्टोरी.
मी तुला एक गोष्ट सांगेन.

999. Sleep well.
स्लीप वेल.
झोप छान.

1000. Good night, sweet dreams
गूड नाईट, स्वीट ड्रीम्स.
शुभरात्री, छान स्वप्न पडू दे.

www.ingramcontent.com/pod-product-compliance
Lightning Source LLC
LaVergne TN
LVHW091052150826
845673LV00002B/555

* 9 7 9 8 8 9 4 4 6 8 1 1 2 *